જાત-પાતનો વિનાશ

ડૉ. ભીમરાવ આંબેડકર

ડાયમંડ બુક્સ
www.diamondbooks.in

પ્રકાશક : ડાયમંડ પૉકેટ બુક્સ પ્રા. લિ.
X-30, ઓખલા ઇંડસ્ટ્રિયલ એરિયા, ફેઝ-II,
નવી દિલ્હી-110020
ફોન : 011- 40712200
ઈ-મેઈલ : wecare@diamondbooks.in
વેબસાઈટ : www.diamondbooks.in
સંસ્કરણ : 2025
મુદ્રક : રેપરો (ઇન્ડિયા)

જાત-પાતનો વિનાશ (Jat-Patno Vinash)
Jaat-Pant Ka Vinash (Gujrati)
by *Dr. B.R. Ambedkar*

વિષય-સૂચિ

બીજી આવૃત્તિ : પ્રસ્તાવના *5*

ત્રીજી આવૃત્તિ : પ્રસ્તાવના *6*

આમુખ *7*

1. જાતપાતનો નાશ (પરિચય) 21
2. કોંગ્રેસ વિ. સામાજિક સુધારણા 23
3. સમાજવાદ વિ. સામાજિક ન્યાય 32
4. શ્રમ અને જાતિ વ્યવસ્થાનું વિભાજન 37
5. વંશ અને રક્તમાં સુધારો અને જાતિ પ્રથા 39
6. શું હિન્દુ એ (સમાજ) છે? 43
7. જાતિઓનું રાષ્ટ્ર વિરોધી અને સામાજિક સ્વરૂપ 46
8. આદિવાસીઓના ઉત્થાનમાં અવરોધરૂપ જાતિ પ્રથા 48
9. જ્ઞાતિ સામાજિક નફરતનું મૂળ છે 50
10. ધર્મના પ્રચારમાં અવરોધક જાતિઓ 52
11. જાતિ પ્રથા એ સામાજિક વિઘટન અને અસંવેદનશીલતાનું મુખ્ય કારણ છે 54
12. જાતિમાંથી બહિષ્કાર: એક કઠોર સજા 56
13. જાતિ વ્યવસ્થાએ આચરણનો નાશ કર્યો 58
14. મારી કલ્પનાનો આદર્શ સમાજ કેવો હોવો જોઈએ? 60
15. આર્યસમાજીઓની ચાતુર્વર્ણ્ય પદ્ધતિ 63
16. ચતુ-વર્ણની ધૃણાસ્પદ અને અવ્યવહારુ પ્રણાલી 65
17. એક એવી વ્યવસ્થા જે સમાજને લકવાગ્રસ્ત કરે છે અને તેને લગભગ મૃત બનાવે છે 69
18. જાતિઓ વચ્ચે પરસ્પર વૈમનસ્ય અને દુશ્મનાવટ 73
19. બિન-હિન્દુઓમાં જાતિ વ્યવસ્થા 74
20. જ્ઞાતિવાદનો ગઢ કેવી રીતે તોડવો? 79

21. આખરે જ્ઞાતિ વ્યવસ્થાનો નાશ કેમ થતો નથી? 83
22. હિંદુ શાસ્ત્રો તર્ક, વિવેક અને નૈતિકતાથી કેમ દૂર છે? 89
23. ધર્મશાસ્ત્રમાં સુધારાની જરૂર કેમ છે? 94
24. ધર્મ અને પુરોહિતનું નવું સ્વરૂપ શું હોવું જોઈએ? 97
25. હિન્દુઓએ વિચારવા જેવા કેટલાક પ્રશ્નો 100
26. જાતિ વ્યવસ્થાને જડમૂળથી ઉખેડી નાખવાની જરૂર છે 103

પરિશિષ્ટ-1 .... **105**

1. ડૉ. આંબેડકરના આક્ષેપો/આરોપો 105
2. જાતિ પ્રથાને ધર્મ સાથે કોઈ લેવાદેવા નથી 107
3. વર્ણ વિ. જાતિ 109

પરિશિષ્ટ - II **112**

1. મહાત્મા ગાંધીને ડૉ.આંબેડકરનો જવાબ 112

બીજી આવૃત્તિ

પ્રસ્તાવના

જાતપાત તોડક મંડળ, લાહોર માટે તૈયાર કરાયેલું મારું ભાષણ હિંદુ જનતા દ્વારા આશ્ચર્યજનક રીતે ઉષ્માભર્યા ઉત્સાહ સાથે આવકારવામાં આવ્યું હતું. તેમને ધ્યાનમાં રાખીને ભાષણ લખવામાં આવ્યું છે. માત્ર બે મહિનામાં અંગ્રેજી આવૃત્તિની દોઢ હજાર નકલો વેચાઈ ગઈ. તેનો ગુજરાતી અને તમિલમાં અનુવાદ પણ થયો છે. મરાઠી, હિન્દી, પંજાબી અને મલયાલમમાં અનુવાદ થઈ રહ્યો છે. અંગ્રેજી આવૃત્તિની ભારે માંગને પહોંચી વળવા માટે તેની બીજી આવૃત્તિ છાપવી ખૂબ જ જરૂરી છે.

જો કે મને તેમના ભાષણની શૈલી બદલવાની અને તેને એક સુંદર લેખના રૂપમાં ફરીથી લખવાની સલાહ આપવામાં આવી છે, પરંતુ ઈતિહાસના જ્ઞાન અને મારી અપીલના પ્રભાવને લીધે મેં તેમના પ્રારંભિક ભાષણનું મૂળ સ્વરૂપ જેમ છે તેમ છોડી દીધું છે. મેં આ બીજી આવૃત્તિમાં બે પરિશિષ્ટ ઉમેર્યા છે. પ્રથમ પરિશિષ્ટમાં, મેં ગાંધીજીના બે લેખો રાખ્યા છે, જે અંગ્રેજી અખબાર 'હરિજન'માં પ્રકાશિત થયેલા મારા ભાષણ પરની તેમની ટિપ્પણીઓ અને તેમના દ્વારા જાતપાત તોડક મંડળના સદસ્ય સંતરામને લખેલો પત્ર છે. બીજા પરિશિષ્ટમાં મારા મંતવ્યો છે જે મેં પ્રથમ પરિશિષ્ટમાં પ્રકાશિત ગાંધીજીના લેખોના જવાબ રૂપે તૈયાર કર્યા છે.

ગાંધીજી સિવાય અન્ય ઘણા લોકોએ પણ ભાષણમાં વ્યક્ત કરેલા મારા વિચારોની ટીકા કરી છે, પરંતુ મેં વિચાર્યું છે કે આ અન્ય વિરોધી ટિપ્પણીઓને ધ્યાનમાં લેવાને બદલે, મારે મારી જાતને ગાંધીજી સુધી મર્યાદિત કરવી જોઈએ અને ફક્ત તેમને જ જવાબ આપવો જોઈએ. મેં આ એટલા માટે કર્યું નથી કે તેણે જે કહ્યું તે એટલું વજનદાર અથવા મહત્વપૂર્ણ હતું કે તેનો જવાબ આપવો જરૂરી હતો, પરંતુ એટલે કર્યું કારણ કે ઘણા હિંદુઓ માટે તે એક મસીહા અથવા અવતાર માનવામાં આવે છે, જેથી તેમની વાત દેવ વાણી અથવા બ્રહ્મ વાક્ય છે એવું મેં સ્વીકાર્યું અને જ્યારે તે મોં ખોલે છે ત્યારે અપેક્ષા રાખવામાં આવે છે કે હવે ચર્ચા બંધ થવી જોઈએ અને કોઈએ ફરીથી બોલવું જોઈએ નહીં. પરંતુ વિશ્વ તે બળવાખોરોને ખૂબ માન આપે છે અને તેનું આભારી છે

જેઓ હિંમત ધરાવે છે અને આવા વડાઓ અથવા ધાર્મિક નેતાઓની સામે ચર્ચામાં દલીલો રજૂ કરવાનો આગ્રહ રાખે છે. જે લોકો મહાન કહેવાય છે તે એવા નથી કે તેઓ કોઈ ભૂલ કે અપરાધ ન કરી શકે.

દરેક પ્રગતિશીલ સમાજમાં આવા બળવાખોરોને મળવા જોઈએ એવા કોઈ શ્રેય કે સન્માનની મને પરવા નથી. જો હું હિંદુઓને અહેસાસ કરાવી શકું કે તેઓ ભારતમાં બીમાર લોકો છે અને તેમની બીમારી અન્ય ભારતીયોના સ્વાસ્થ્ય, સુખ અને પ્રગતિ માટે ખતરો બની શકે છે, તો મને ઘણો સંતોષ થશે.

- બી. આર. આંબેડકર

■

ત્રીજી આવૃત્તિ

પ્રસ્તાવના

પુસ્તક સ્વરૂપે આ લેખની બીજી આવૃત્તિ 1937 માં પ્રકાશિત થઈ અને ખૂબ જ ટૂંકા સમયમાં વેચાઈ ગઈ. ઘણા સમયથી આ પુસ્તકની નવી આવૃત્તિની ભારે માંગ હતી. હું આ પુસ્તકને નવું સ્વરૂપ આપવા ઈચ્છું છું અને તેમાં મારો બીજો લેખ 'ભારતમાં જાતિઓ, તેમની રચના, ઉત્પત્તિ અને વિકાસ'નો પણ સમાવેશ કરું છું, જે 'ઈન્ડિયન એન્ટિક્વરી' જર્નલના મે 1917ના અંકમાં પ્રકાશિત થયો હતો. પણ મને સમય ન મળ્યો અને હવે આમ કરવાની શક્યતા પણ ઘણી ઓછી છે. આમ ન કરી શકવાથી હું કંઈક અંશે નિરાશ હતો. લોકો સતત તેની માંગણી કરતા હોવાથી, મારે બીજી આવૃત્તિનું પુનઃમુદ્રણ કરવામાં સંતોષ માનવો પડશે કારણ કે તે આ ત્રીજી આવૃત્તિ માટે છે. હું ખૂબ જ ખુશ છું કે મારો આ લેખ આટલો લોકપ્રિય થયો. હું આશા રાખું છું કે તે તે હેતુને પૂર્ણ કરશે જેના માટે તે લખવામાં આવ્યું હતું.

22, પૃથ્વીરાજ રોડ, નવી દિલ્હી, 1 ડિસેમ્બર, 1944

-બી.આર. આંબેડકર

■

આમુખ

પત્રવ્યવહાર- 12 ડિસેમ્બર. 1935માં 'જાત-પાત તોડક મંડળ'ના સેક્રેટરી પૂ. સંતરામ તરફથી આ પત્ર મળ્યો છે

મારા પ્રિય ડૉ. સાહેબ,

5મી ડિસેમ્બરના તમારા પત્ર માટે ખૂબ ખૂબ આભાર. તમારી પરવાનગી વિના મેં તેને અખબારોમાં પ્રસિદ્ધ કરવા માટે આપ્યો તેનો મને ખેદ છે. ખરેખર, મેં તેને ફેલાવવામાં કોઈ નુકસાન જોયું નથી. તમે એક મહાન ચિંતક છો અને મારો મક્કમ અભિપ્રાય છે કે તમારી જેમ જ્ઞાતિના મુદ્દાનો ઊંડો અભ્યાસ બીજા કોઈએ કર્યો નથી. તમારા વિચારોથી મને અને અમારા બોર્ડને હંમેશા ઘણો ફાયદો થયો છે. હું આ વિચારોનો પ્રચાર માસિક સામયિક 'ક્રાંતિ' દ્વારા ઘણી વખત કરતો રહ્યો છું અને ઘણી પરિષદોમાં તેના પર પ્રવચનો પણ આપ્યાં હતાં. હવે હું આ નવા સૂત્ર વિશે તમારો ખુલાસો સાંભળવા માટે ખૂબ ઉત્સુક છું કે "જાતિવાદ જેના પર આધારિત છે તે ધાર્મિક લાગણીઓ અને માન્યતાઓને નાબૂદ કરવી શક્ય નથી, જ્યાં સુધી તેના મૂળનો નાશ ન થાય." કૃપા કરીને તેને ટૂંક સમયમાં વિગતવાર સમજાવવાનો પ્રયાસ કરો જેથી કરીને અમે પ્રેસ અને અન્ય માધ્યમો દ્વારા આ વિચારનો પ્રચાર કરી શકીએ. અત્યાર સુધી હું આ સૂત્રનો અર્થ સારી રીતે સમજી શક્યો નથી.

અમારા બોર્ડની એક્ઝિક્યુટિવ કમિટી ખૂબ જ ઇચ્છુક છે અને તમને અમારી વાર્ષિક કોન્ફરન્સના પ્રમુખ બનાવવા માટે વિનંતી કરે છે. તમારી સુવિધાને ધ્યાનમાં રાખીને, અમે અમારી કોન્ફરન્સની તારીખ બદલવા માટે તૈયાર છીએ. પંજાબના સ્વતંત્ર હરિજન વિચારકો તમને મળવા અને તેમના ઉદ્દેશ્યો વિશે તમારી સાથે ચર્ચા કરવા માટે ખૂબ જ ઉત્સુક છે. તેથી, જો તમે અમારી વિનંતી સ્વીકારી લો અને લાહોર આવો અને અમારી કોન્ફરન્સના પ્રમુખ પદને અનુમોદન આપો, તો તે બેવડા હેતુઓ પૂરા થશે. અમે અમારા સ્વતંત્ર વિચારસરણીવાળા હરિજન નેતાઓને પણ આમંત્રિત કરીશું અને તમને તેમની વચ્ચે તમારા વિચારોની આપ-લે કરવાની તક પણ મળી શકે છે. બોર્ડે તેના સહાયક સચિવ માનનીય ઈન્દ્ર સિંહને ક્રિસમસ સીઝન દરમિયાન બોમ્બેમાં તમને મળવા અને અમારી વિનંતી સ્વીકારવા માટે તમને તૈયાર કરવા માટે તમારી સાથે સમગ્ર પરિસ્થિતિની ચર્ચા કરવા માટે અધિકૃત કર્યા છે.

તમારા શુભેચ્છક

સંતરામ બી.એ.

■

મને કહેવામાં આવ્યું કે 'જાત-પાત તોડક મંડળ' એ ઉચ્ચ જાતિના હિંદુ સમાજ સુધારકોનું સંગઠન છે, જેનો એક જ ઉદ્દેશ્ય છે, ઉચ્ચ જાતિના હિંદુઓ વચ્ચેના જ્ઞાતિ ભેદભાવને નાબૂદ કરવાનો. સામાન્ય રીતે હું ઉચ્ચ જાતિના હિંદુઓ દ્વારા ચલાવવામાં આવતી કોઈપણ ચળવળમાં ભાગ લેતો નથી. સામાજિક સુધારણા પ્રત્યેની તેમની માન્યતાઓ અને વર્તન મારા કરતા એટલા અલગ છે કે તેમની સાથે કામ કરવું મારા માટે ખૂબ જ મુશ્કેલ છે. વાસ્તવિકતા એ છે કે અભિપ્રાયના ભારે મતભેદોને કારણે મને તેની સાથે કામ કરવું યોગ્ય લાગતું નથી. તેથી, જ્યારે મંડળે મને પ્રથમ વિનંતી કરી, ત્યારે મેં પરિષદના પ્રમુખ બનવાની ના પાડી. પરંતુ બોર્ડે મારો ઇનકાર ન સ્વીકાર્યો અને તેના એક સભ્યને મને પ્રમુખ બનવાનું આમંત્રણ સ્વીકારવા સમજાવવા બોમ્બે મોકલ્યો. અંતે હું અધ્યક્ષતા માટે સંમત થયો. ડિવિઝનનું હેડક્વાર્ટર લાહોરમાં હતું, જ્યાં કોન્ફરન્સ ક્રિસમસ સીઝન દરમિયાન યોજાવાની હતી પરંતુ બાદમાં મે 1936ના મધ્ય સુધી મુલતવી રાખવામાં આવી હતી. બોર્ડની સ્વાગત સમિતિએ હવે આ કોન્ફરન્સને સદંતર રદ કરી દીધી છે. મારું પ્રમુખપદનું ભાષણ પ્રકાશિત થયાના ઘણા દિવસો પછી મને કોન્ફરન્સ રદ કરવાની સૂચના મળી. આ ભાષણની નકલો હજી પણ મારી પાસે છે કારણ કે મને અધ્યક્ષ પદ પરથી આ ભાષણ વાંચવાની તક મળી નથી. આ કારણે જાતિ પ્રથાને કારણે ઊભી થતી સમસ્યાઓ અંગે મારા વિચારો જાણવાની તક પ્રજાને મળી નથી. તેથી, મારા મંતવ્યોથી લોકોને વાકેફ કરવા અને છાપેલી નકલોનો ઉપયોગ કરવા માટે, મેં આ ભાષણની નકલોને બજારમાં લઈ જવાનું નક્કી કર્યું છે અને તે જ ભાષણ તેના મૂળ સ્વરૂપમાં નીચેના પૃષ્ઠોમાં આપવામાં આવ્યું છે.

કદાચ જનતા એ જાણવા માટે ઉત્સુક હશે કે એવું કયું કારણ હતું કે જેના કારણે પરિષદના અધ્યક્ષ પદ પર મારી નિમણૂક રદ કરવામાં આવી. શરૂઆતમાં ભાષણ છાપવાને લઈને વિવાદ ઊભો થયો હતો. હું ઇચ્છતો હતો કે આ ભાષણ ફક્ત બોમ્બેમાં પ્રકાશિત થાય, જ્યારે મંડળ ઇચ્છતું હતું કે રૂપિયાની બચતને ધ્યાનમાં રાખીને તેને લાહોરમાં પ્રકાશિત કરવામાં આવે, પરંતુ હું આ માટે સંમત ન હતો. મેં તેને બોમ્બેમાં જ છપાવવાનો આગ્રહ કર્યો. મારા સૂચન સાથે સંમત થવાને બદલે, મને બોર્ડના કેટલાક સભ્યોની સહી કરેલો પત્ર મળ્યો. તે પત્રમાંથી આ અંશો રજૂ કરી રહ્યો છું.

આદરણીય ડોક્ટર સાહેબ,

27 માર્ચ 1936

■

તમારા દ્વારા મા. સંતરામના નામે લખાયેલો 24મી માર્ચનો પત્ર અમને જોવા મળ્યો. આ વાંચીને અમે થોડા નિરાશ થયા છીએ. કદાચ તમે અહીં ઉભી થયેલી પરિસ્થિતિથી સંપૂર્ણપણે વાકેફ નથી. પંજાબના તમામ હિંદુઓ તમને આ પ્રાંતમાં આમંત્રિત કરવાના સખત વિરોધમાં છે. આ માટે જાતપાત તોડક મંડળની ખૂબ ટીકા થઈ રહી છે અને ચારે બાજુથી તેની નિંદા થઈ રહી છે. હિંદુ મહાસભાના ભૂતપૂર્વ વડા ભાઈ પરમાનંદ M.L.A., ભૂતપૂર્વ પ્રમુખ, હિંદુ મહાસભા, મહાત્મા હંસરાજ, સ્થાનિક સ્વરાજ્ય મંત્રી ડૉ. ગોકુલચંદ નારંગ, રાજા નરેન્દ્ર નાથ M.L.C સહિત લગભગ તમામ હિંદુ નેતાઓ વગેરેનો સમાવેશ થાય છે અને આ કારણોસર તે તમામ બોર્ડમાંથી અલગ થઈ ગયા છે. આટલા બધા વિરોધ અને ટીકાઓ છતાં, જાતપાત તોડક મંડળના ડિરેક્ટરો, જેમાં માનનીય સંતરામ વડા છે, દરેક પરિસ્થિતિનો સામનો કરવા માટે મક્કમ છે અને હવે ગમે તે થાય પછી તમને પ્રમુખ બનાવવાનો વિચાર ક્યારેય છોડશે નહીં. અત્યાર સુધી મંડળ ઘણું બદનામ થયું છે.

આવા સંજોગોમાં બોર્ડને સહકાર આપવો એ તમારી ફરજ બની જાય છે. એક તરફ હિંદુ લોકો આટલી બધી સમસ્યાઓ ઉભી કરીને મંડળને પરેશાન કરી રહ્યા છે અને બીજી તરફ તમે પણ મંડળની સમસ્યાઓમાં વધારો કરશો તો તે તેમના માટે મોટી દુર્ભાગ્યની વાત હશે. અમે આશા રાખીએ છીએ કે તમે આ બાબત પર સારી રીતે વિચાર કરશો અને અમારા બધા માટે લાભદાયી નિર્ણય લેશો.

તમારા પત્રે મને ભારે મૂંઝવણમાં નાખી દીધો. ભાષણ છપાવવાના મામલે બોર્ડ મને શા માટે થોડા રૂપિયા માટે હેરાન કરે છે તે હું સમજી શક્યો નહીં. આ ઉપરાંત સર ગોકુલચંદ નારંગ જેવા વ્યક્તિએ મને પ્રમુખ બનાવવાના વિરોધમાં બોર્ડમાંથી રાજીનામું આપ્યું હોય તેવી મને અપેક્ષા નહોતી, કારણ કે મને ખુદ સર ગોકુલચંદ નારંગનો પત્ર મળ્યો હતો તે નીચે મુજબ છે.

5, મોન્ટગોમરી રોડ, લાહોર

7 ફેબ્રુઆરી, 1936

■

પ્રિય ડૉ. આંબેડકર,

મને જાત-પાત તોડક મંડળના કાર્યકરો તરફથી જાણીને ખૂબ જ આનંદ થયો કે તમે ઇસ્ટરની રજાઓમાં લાહોરમાં યોજાનારી મંડળની વાર્ષિક પરિષદમાં પ્રમુખ બનવાનું સ્વીકાર્યું છે. લાહોરમાં તમારા રોકાણ દરમિયાન મારા ઘરે રહીને તમે મારું આતિથ્ય સ્વીકારશો તો મારા માટે ખૂબ જ આનંદ થશે, બાકી જ્યારે આપણે મળીશું ત્યારે.

તમારા શુભેચ્છક

-ગોકુલચંદ નારંગ

■

સત્ય ગમે તે હોય, હું તેમના દબાણને વશ ન થયો. પરંતુ જ્યારે મંડળે જોયું કે હું મારું ભાષણ બોમ્બેમાં જ પ્રકાશિત કરાવવાનો આગ્રહ કરી રહ્યો છું, ત્યારે મારા સૂચન સાથે સંમત થવાને બદલે તેણે એક ટેલિગ્રામ મોકલ્યો કે મંડળ તરફથી આપની સાથે વ્યક્તિગત વાતચીત કરવા માટે મા. હરભગવાનને બોમ્બે મોકલી રહ્યા છીએ. જ્યારે મા. હરભગવાન 9મી એપ્રિલે બોમ્બે આવ્યા અને મને મળ્યા ત્યારે મેં જોયું કે તેઓ આ વિષય પર કંઈ કહેવા માંગતા ન હતા. સત્ય તો એ છે કે ભાષણની પ્રિન્ટિંગ સાથે તેમને કોઈ લેવાદેવા ન હતું, પછી ભલે તે બોમ્બેમાં છપાય કે લાહોરમાં. તેથી જ તેણે અમારી વાતચીતમાં તેનો ઉલ્લેખ પણ ન કર્યો. તેમને એક જ ચિંતા હતી કે મેં ભાષણમાં શું લખ્યું હતું. વાસ્તવમાં તેઓ ભાષણમાં વ્યક્ત થયેલા વિચારો જાણવા માંગતા હતા. ત્યારે હું દ્રઢપણે માનતો હતો કે લાહોરમાં ભાષણ છપાવવાનો મુખ્ય ઉદ્દેશ્ય પૈસા બચાવવાનો નહીં પણ ભાષણમાં લખેલી બાબતોની માહિતી મેળવવાનો હતો. મેં તેને ભાષણની નકલ આપી. ભાષણના કેટલાક અંશો વાંચ્યા પછી તેઓ ખુશ જણાતા નહોતા, ત્યારબાદ તેઓ લાહોર પાછા ગયા. લાહોરથી તેણે મને નીચેનો પત્ર મોકલ્યો

લાહોર, 14 એપ્રિલ, 1936

■

પ્રિય ડૉ. સાહેબ,

હું 12મી એપ્રિલે બોમ્બેથી લાહોર પાછો પહોંચ્યો હતો પરંતુ ત્યારથી હું બીમાર હતો કારણ કે ટ્રેનમાં સતત 5-6 રાત સુધી મને બરાબર ઊંઘ ન આવી. અહીં આવ્યા પછી મને ખબર પડી કે તમે અમૃતસર આવ્યા છો. જો હું સ્વસ્થ હોત, તો હું તમને ત્યાં ચોક્કસપણે મળ્યો હોત. મેં તમારા ભાષણનો અનુવાદ કરવા તે મા. સંતરામજીને આપ્યું અને તેમને ખૂબ ગમ્યું. પરંતુ તેમને આશા નથી કે તે 25મી પહેલા પ્રકાશન માટે તેનો અનુવાદ કરી શકશે. કોઈ પણ સંજોગોમાં તેને વ્યાપક પ્રસિદ્ધિ આપવામાં આવશે, ભાષણની ખૂબ પ્રશંસા કરવામાં આવશે અને અમને વિશ્વાસ છે કે તે હિંદુઓને તેમની ગાઢ નિંદ્રામાંથી જગાડવાનું કામ કરશે.

બોમ્બેમાં આપણી મીટિંગ દરમિયાન મેં તમારું ધ્યાન દોર્યું હતું તે તમારા ભાષણનો ભાગ વાંચ્યા પછી, અમારા કેટલાક મિત્રોએ ચિંતા વ્યક્ત કરી છે અને થોડી શંકા પણ અનુભવી છે. આપણામાંના લોકો ઈચ્છે છે કે આ કોન્ફરન્સ કોઈપણ વિવાદ કે કોઈ અપ્રિય ઘટના વિના પૂર્ણ થાય. તેઓ ઈચ્છે છે કે કમસેકમ થોડા સમય માટે ‘વેદ’ શબ્દનો ત્યાગ કરવો જોઈએ. હવે હું આ બાબત તમારા વિવેક પર છોડી દઉં છું. પરંતુ હું આશા રાખું છું કે તમે નિષ્કર્ષમાં, તમારા ભાષણના છેલ્લા ભાગમાં સ્પષ્ટ કરશો કે ભાષણમાં વ્યક્ત કરાયેલા વિચારો તમારા અંગત મંતવ્યો છે અને તેના માટે બોર્ડ જવાબદાર નથી. હું આશા રાખું છું કે તમે મારા આ કહેવાથી વાંધો નહીં લો અને અમને ભાષણની એક હજાર નકલો મોકલશો. અમે તમને આ નકલોની કિંમત ચૂકવીશું. આ કરવા માટે, મેં તમને આજે એક ટેલિગ્રામ પણ મોકલ્યો છે. હું આ પત્ર સાથે 100 રૂપિયાનો ચેક મોકલી રહ્યો છું. કૃપા કરીને તેની રસીદ વિશે જાણ કરો અને પછીથી બિલ પણ મોકલો.

મેં સ્વાગત સમિતિની મીટિંગ નક્કી કરી છે અને તેના નિર્ણય વિશે ટૂંક સમયમાં તમને જાણ કરીશ. તમે બોમ્બેમાં મારા પ્રત્યે દયાળુ અને પ્રેમાળ રહ્યા છો અને તમે તમારું ભાષણ તૈયાર કરવા સખત મહેનત કરી છે. કૃપા કરીને તે માટે મારો હૃદયપૂર્વક આભાર સ્વીકારો. તમારા ઉપકાર માટે અમે બધા તમારા ખૂબ જ ઋણી છીએ.

તમારો

-હરભગવાન

વિશેષ - મહેરબાની કરીને ભાષણની નકલો મુદ્રિત થયા પછી તરત જ પેસેન્જર ટ્રેન દ્વારા મોકલો જેથી તે નકલો અખબારોને પ્રકાશન માટે મોકલી શકાય.

■

મા. હરભગવાનના પત્ર પછી મેં મારા ભાષણની સ્ક્રિપ્ટ પ્રિન્ટરને એક હજાર નકલો છાપવાના આદેશ સાથે આપી. આઠ દિવસ પછી મને મા. હરભગવાનનો બીજો પત્ર મળ્યો જે હું નીચે આપી રહ્યો છું-

લાહોર, 22 એપ્રિલ, 1936

પ્રિય ડૉ. આંબેડકર,

કૃપા કરીને તમારો ટેલિગ્રામ અને પત્ર પ્રાપ્ત કરવા બદલ અમારો આભાર સ્વીકારો. તમારી ઈચ્છા મુજબ અમે અમારી કોન્ફરન્સ ફરીથી મુલતવી રાખી છે, પરંતુ અમને લાગે છે કે તે 25 અને 26 તારીખે યોજાય તો સારું રહેશે કારણ કે પંજાબમાં દિવસેને દિવસે ગરમી વધી રહી છે. મેના મધ્યમાં ત્યાં ખૂબ જ ગરમી રહેશે જેના કારણે દિવસના સમયે કોન્ફરન્સનું આયોજન આરામદાયક અને સુખદ રહેશે નહીં. તેમ છતાં, જો પરિષદ મેના મધ્યમાં યોજાય, તો અમે શક્ય તેટલી તમારી સુવિધા અને આરામ માટે સંપૂર્ણ વ્યવસ્થા કરવાનો પ્રયાસ કરીશું.

તેમ છતાં, એક વસ્તુ છે જેના તરફ તમારું ધ્યાન દોરવાની હું જરૂર અનુભવું છું. તમને યાદ હશે કે જ્યારે મેં ધાર્મિક પરિવર્તનના વિષય પર તમારી જાહેરાત અંગે મારા સાથીદારો દ્વારા ઊભી કરાયેલી આશંકાઓ તરફ તમારું ધ્યાન દોર્યું હતું. તે સમયે તમે મને કહ્યું હતું કે આ બાબત બોર્ડના કાર્યક્ષેત્રની બહાર છે તેમાં કોઈ શંકા નથી અને બોર્ડના પ્લેટફોર્મ પરથી આ વિષય પર તમારે કંઈ કહેવાનું નથી. જ્યારે તમે મને તમારા ભાષણની નકલ આપી ત્યારે તમે મને ખાતરી આપી હતી કે આ તમારા ભાષણનો મુખ્ય ભાગ હતો અને ફક્ત છેલ્લા બે કે ત્રણ ફકરા જ તમે તેમાં ઉમેરવા માંગતા હતા. પરંતુ તમારા ભાષણનો બીજો હપ્તો મળતા અમને નવાઈ લાગી કારણ કે આ સાથે ભાષણ એટલું લાંબુ થઈ જશે કે બહુ ઓછા લોકો તેને સંપૂર્ણ વાંચી શકશે. આ સિવાય તમે તમારા ભાષણમાં વારંવાર કહ્યું કે તમે હિંદુ સમાજ છોડવાનો નિર્ણય કર્યો છે અને એક હિંદુ તરીકે આ તમારું છેલ્લું ભાષણ છે.

તમે હિંદુઓના વેદ અને અન્ય ધાર્મિક ગ્રંથોની નૈતિકતા અને ઔચિત્ય પર બિનજરૂરી રીતે હુમલો કર્યો છે અને હિંદુ ધર્મના ટેકનિકલ પાસાઓ પર ખૂબ જ લંબાણપૂર્વક લખ્યું છે, જેનો જાતિ સમસ્યા સાથે

કોઈ સંબંધ નથી, અને કેટલાક ફકરાઓ અસંગત અને અપ્રસ્તુત બની ગયા છે. અમને બહુ આનંદ થયો હોત જો તમે તમારી વાણી એ જ ભાગ પૂરતી મર્યાદિત કરી હોત જે તમે મને આપી હતી અને જો તેને વધારવી જરૂરી હોત તો તમે બ્રાહ્મણવાદ વગેરે પર જે હદ સુધી લખ્યું છે તેટલું જ રાખ્યું હોત. છેલ્લો ભાગ, જે હિંદુ ધર્મના સંપૂર્ણ વિનાશ વિશે છે અને હિંદુઓના પવિત્ર ગ્રંથોના આચાર અને નૈતિકતા પર શંકા કરે છે અને હિંદુ સમાજ છોડવાના તમારા ઇરાદા વિશે પણ સંકેત આપે છે, તે મને આ સમયે યોગ્ય નથી લાગતું.

તેથી, પરિષદના જવાબદારો વતી, હું તમને નમ્ર વિનંતી કરું છું કે મેં ઉપર દર્શાવેલ ભાષણના તે ભાગોને દૂર કરો અને તે મને આપવામાં આવ્યું હતું તે રીતે છોડી દો અથવા બ્રાહ્મણવાદ પર કંઈક ઉમેરો. વાણીને બિનજરૂરી રીતે દાહક કે હૃદયસ્પર્શી બનાવવાને આપણે શાણપણ ગણતા નથી. આપણી વચ્ચે એવા ઘણા લોકો છે જે તમારી ભાવનાઓને સમર્થન આપે છે અને હિંદુ ધર્મને નવો આકાર આપવા તમારા નેતૃત્વમાં કામ કરવા તૈયાર છે. જો તમે સમાન વિચારધારાવાળા લોકોને એકત્ર કરવાનું નક્કી કર્યું હોત, તો હું તમને ખાતરી આપું છું કે તમારામાંથી મોટી સંખ્યામાં પંજાબના સુધારાવાદી કાર્યકરો આ સેનામાં જોડાયા હોત.

અમે ખરેખર વિચાર્યું હતું કે તમે જ્ઞાતિવાદના દૂષણોને નાબૂદ કરવામાં અમારી આગેવાની કરશો, ખાસ કરીને એટલે કારણ કે તમે આ વિષયનો બહોળો અભ્યાસ કર્યો છે. અમે એ પણ સમજતા હતા કે તમે આ મહાન પ્રયાસ દ્વારા ક્રાંતિ લાવીને અને તમારી જાતને સંઘર્ષનું કેન્દ્ર બનાવીને અમારી શક્તિમાં વધારો કરશો, પરંતુ તમે જે પ્રકારની જાહેરાતો વારંવાર કરી છે તેનું પુનરાવર્તન કરીને તમે તમારી તાકાત ગુમાવશો, તે મજાક અથવા સરળ વસ્તુ માત્ર બની રહેશે. આ સંજોગોમાં હું તમને વિનંતી કરું છું કે આ સમગ્ર બાબત પર પુનર્વિચાર કરો અને તમારા વક્તવ્યને ખાસ કરીને અસરકારક બનાવી દો કે જો હિંદુ સમાજ જાતિ વ્યવસ્થાને નાબૂદ કરવા માટે સાચી દિશામાં પ્રામાણિકતાથી કામ કરવા માંગતો હોય, તો પછી ભલે તેને પોતાના સગાં-સંબંધીઓ અને ધાર્મિક માન્યતાઓ છોડવા પડે, મને તેનું નેતૃત્વ કરવામાં ખુશી થશે. જો તમે આમ કરશો તો મને વિશ્વાસ છે કે આ સંઘર્ષમાં તમને પંજાબમાંથી સંપૂર્ણ સમર્થન મળશે.

જો તમે આ મુશ્કેલ સમયમાં અમને મદદ કરશો તો હું તમારો ખૂબ આભારી રહીશ કારણ કે અમે પહેલેથી જ ઘણો ખર્ચ કર્યો છે અને દબાણ હેઠળ છીએ અને મૂંઝવણની સ્થિતિમાં છીએ. તમારે અમને રીટર્ન મેઇલ દ્વારા જાણ કરવી આવશ્યક છે કે તમે તમારી વાણી મર્યાદિત કરવા માટે સંમત થયા છો. જો તમે હજી પણ તમારું ભાષણ તેના મૂળ સ્વરૂપમાં

છાપવાનો આગ્રહ રાખો છો, તો અમને ખૂબ જ દુઃખ છે કે અમારા માટે આ પરિષદ યોજવી શક્ય નહીં બને અને તે યોગ્ય પણ નથી.

આવી સ્થિતિમાં, અમે આ કોન્ફરન્સને અનિશ્ચિત સમય માટે સ્થગિત કરવાનું યોગ્ય ગણીશું. આમ કરવાથી, એટલે કે વારંવાર કોન્ફરન્સ મોકૂફ રાખવાથી, જનતાનો અમારા પરનો વિશ્વાસ ઓછો થઈ જશે.

અંતે, અમે કહેવા માંગીએ છીએ કે જાતિ વ્યવસ્થા પર આ એક આશ્ચર્યજનક અને સારો લેખ છે જે આજ સુધી લખાયેલા અન્ય લેખો કરતાં વધુ સારો છે. અમે નિઃશંકપણે કહી શકીએ કે આ લેખ એક મૂલ્યવાન વારસો સાબિત થશે અને અમારા હૃદયમાં તમારા માટેના આદરમાં ઘણો વધારો થયો છે. આ લેખ તૈયાર કરવામાં તમે જે મહેનત કરી છે તેના માટે અમે હંમેશા તમારા આભારી રહીશું.

તમારી દયા માટે ઘણા આભાર અને શુભેચ્છાઓ સાથે,

તમારા શુભેચ્છક

-હરભગવાન

■

માનનીય હરભગવાનને આ પત્રના જવાબમાં મેં આ જવાબમોકલ્યો છે -

પ્રિય આદરણીય હરભગવાન, 27 એપ્રિલ, 1936

મને તમારો 22મી એપ્રિલનો પત્ર મળ્યો. મને એ જાણીને અફસોસ થયો કે જો હું મારું ભાષણ તેના મૂળ સ્વરૂપમાં પ્રકાશિત કરવાનો આગ્રહ રાખું તો જાત-પાત તોડક મંડળની સ્વાગત સમિતિ કોન્ફરન્સને અનિશ્ચિત સમય માટે મુલતવી રાખવાનું પસંદ કરશે. આના જવાબમાં, હું તમને જણાવવા માંગુ છું કે મને કોઈપણ અભદ્ર ભાષાનો ઉપયોગ કરવાનું પસંદ નથી, જો બોર્ડ તેના વિચારોને અનુરૂપ મારા ભાષણને કાપકૂપ કરવાનો આગ્રહ રાખે છે, તો મને પણ ગોળગોળ રીતે વાત કરવાનું પસંદ નથી અને હું ઈચ્છીશ કે કોન્ફરન્સ રદ કરવામાં આવે. તમને મારો નિર્ણય નહીં ગમે પણ હું, કોન્ફરન્સની અધ્યક્ષતાના સન્માન ખાતર, દરેક અધ્યક્ષને તેમના ભાષણની તૈયારીમાં જે સ્વતંત્રતા હોવી જોઈએ તે છોડી શકતો નથી. માત્ર બોર્ડને ખુશ કરવા માટે, દરેક પ્રમુખની કોન્ફરન્સ પ્રત્યેની ફરજ છોડી શકાતી નથી, તેના પ્રમુખ બનીને તેને યોગ્ય લાગે તે રસ્તો બતાવવો જરૂરી છે. અહીં સિદ્ધાંતોનો પ્રશ્ન છે અને મને લાગે છે કે મારે આમાં કોઈ બાંધછોડ ન કરવી જોઈએ.

સ્વાગત સમિતિ દ્વારા લેવાયેલા નિર્ણયની યોગ્યતા અંગેના કોઈપણ વિવાદમાં પડવાનું મને ગમતું નથી. તમે કેટલાક કારણો આપ્યા છે જે મને દોષિત લાગે છે, તેથી તે આરોપોનો જવાબ આપવો મારા માટે જરૂરી છે. સૌ પ્રથમ, હું એ લાગણીને દૂર કરવા માંગુ છું કે જે ભાગમાં સમિતિએ વાંધો વ્યક્ત કર્યો છે તેમાં મારા અભિપ્રાયો બોર્ડ માટે કંઈક નવો હતો અને આશ્ચર્યજનક હતો. હું આશા રાખું છું કે મા. સંતરામ મને સાક્ષી આપશે કે તેમના એક પત્રના જવાબમાં મેં કહ્યું હતું કે જ્ઞાતિપ્રથાને નાબૂદ કરવાનો ખરો માર્ગ માત્ર વિવિધ જ્ઞાતિઓ વચ્ચેના લગ્ન અને સંમિશ્રણ જ નથી, પરંતુ તે ધાર્મિક માન્યતાઓ અને વિચારોનો નાશ કરવાનું છે જેના પર જાતિ આધારિત પરંપરાનો પાયો નાખવામાં આવ્યો હતો અને તેના જવાબમાં માન. સંતરામે મને વિગતવાર સમજાવવા કહ્યું કારણ કે આ વિચાર તેમને નવો લાગ્યો.

મા. સંતરામની આ વિનંતીના પ્રત્યુત્તરમાં, મેં વિચાર્યું કે મારા ભાષણમાં મારે તેમને લખેલા મારા પત્રમાં એક લીટીમાં જે મુદ્દો લખ્યો છે તે વાતનું વિગતવાર વર્ણન કરવું જોઈએ.

તેથી તમે એમ ન કહી શકો કે મેં જે વિચારો વ્યક્ત કર્યા છે તે નવા છે અને તે ગમે તે હોય, પણ તે સાચું નથી. આ વિચારો સંતરામ માટે નવા નથી, જે તમારા જૂથના મુખ્ય આધારસ્તંભ અને માર્ગદર્શક છે. પણ હું આગળ જઈને કહેવા માંગુ છું કે મેં મારા ભાષણનો આ ભાગ માત્ર એટલા માટે નથી લખ્યો કારણ કે મારી ઈચ્છા હતી, પરંતુ મેં તે એટલા માટે લખ્યું છે કારણ કે મારા તાર્કિક વિચારોને અમલમાં મૂકવા માટે તે ખૂબ જ જરૂરી હતું. મને વાંચીને નવાઈ લાગી કે તમે ભાષણના જે ભાગ પર તમારી સમિતિને વાંધો છે તેને 'અસંગત અને અપ્રસ્તુત' ગણાવ્યો. હું કહેવાની રજા માંગું છું કે હું એક વકીલ છું અને સુસંગતતાના નિયમોનું મારું જ્ઞાન તમારી સમિતિના કોઈપણ સભ્ય કરતાં ઓછું નથી. હું નિશ્ચિતપણે ભારપૂર્વક જણાવું છું કે વાંધો ઉઠાવવામાં આવેલ ભાગ માત્ર સૌથી વધુ સુસંગત નથી પણ જરૂરી અને મહત્વપૂર્ણ પણ છે. ભાષણના આ ભાગમાં મેં જાતિ વ્યવસ્થાને દૂર કરવાના શ્રેષ્ઠ ઉપાયોની ચર્ચા કરી છે. તમે કહી શકો છો કે જાતિવાદને દૂર કરવાના શ્રેષ્ઠ માર્ગ વિશે હું જે નિષ્કર્ષ પર પહોંચ્યો છું તે આશ્ચર્યજનક અને દુઃખદ છે. તમે એમ પણ કહી શકો કે મારો નિષ્કર્ષ ખોટો છે પણ તમે એમ ન કહી શકો કે જાતિ પ્રથા વિશે, મને મારા ભાષણમાં જાતિ પ્રથા કેવી રીતે નાબૂદ કરી શકાય તે અંગે મારા વિચારો વ્યક્ત કરવાની મંજૂરી નથી.

તમારી બીજી ફરિયાદ ભાષણની લંબાઈ અંગેની છે. આ આરોપ મેં ભાષણમાં જ સ્વીકાર્યો છે પણ ખરેખર આ માટે જવાબદાર કોણ? તમે આ મુદ્દામાં મોડું કર્યું હશે, તેથી કદાચ તમને ખબર નહીં હોય કે મેં વિગતવાર લેખ લખવાની તૈયારી કરવાને બદલે મારી પોતાની અનુકૂળતા માટે એક નાનું ભાષણ લખવાનું વિચાર્યું તેનો મારી પાસે સમય નથી અને ન તો શારીરિક શક્તિ. મંડલે જ મને આ વિષય પર વિગતવાર પ્રકાશ પાડવાની વિનંતી કરી હતી અને મંડલે જ મને જાતિ વ્યવસ્થાને લગતા પ્રશ્નોની યાદી મોકલી હતી અને મારા વક્તવ્યમાં તેના જવાબ આપવા કહ્યું હતું. કારણ કે આ એવા પ્રશ્નો હતા જે મંડલ અને તેમના વિરોધીઓ વચ્ચેની ચર્ચા દરમિયાન વારંવાર ઉઠતા હતા અને તેઓ તેનો જવાબ આપી શકતા ન હતા. તેથી આ વિષય પરનું ભાષણ બોર્ડની ઈચ્છા મુજબ લાંબુ થયું. મેં જે કહ્યું છે તેને ધ્યાનમાં રાખીને તમે સંમત થશો કે ભાષણ લાંબુ કરવામાં મારો કોઈ દોષ નથી.

મેં હિંદુ ધર્મની પરંપરાગત માન્યતાઓને નષ્ટ કરવાની વાત કરી હોવાથી તમારું જૂથ આટલો હોબાળો મચાવશે અને ડરી જશે એવી મને

અપેક્ષા નહોતી. હું માનું છું કે માત્ર મૂર્ખ લોકો જ શબ્દોથી ડરતા હોય છે, પરંતુ લોકોના મનમાં કોઈ ગેરસમજ ન હોવી જોઈએ તે વિચાર સાથે, મેં આ મુદ્દાને વિગતવાર સમજાવવાનો ખૂબ પ્રયાસ કર્યો, જે સમજાવે છે કે ધર્મ અને ધર્મનો નાશનો શું અર્થ છે. મને વિશ્વાસ છે કે મારું ભાષણ વાંચીને કોઈ પણ વ્યક્તિને મારા વિશે કોઈ મૂંઝવણ નહીં થાય. તમારા ભાષણમાં 'ધર્મનો વિનાશ' વગેરે શબ્દો સમજાવ્યા પછી, તમારું જૂથ ફક્ત આ શબ્દોથી એટલું ડરી જાય છે, તમારું જૂથ મારી નજરમાં આદરને પાત્ર નથી. જેઓ પોતાને સમાજ સુધારક તરીકે વર્ગીકૃત કરે છે, પરંતુ તેમના વિશે સાંભળવાનું કે વાંચવાનું પણ ભૂલી જાય છે, આવા તાર્કિક પરિણામો પર કામ કરવાનું છોડી દે છે અને તેઓ ડરી જાય છે, એવા લોકો માટે કોઈ કેવી રીતે આદર અથવા સન્માન કરી શકે?

તમે મારી સાથે સહમત હશો કે ભાષણ તૈયાર કરવામાં મેં ક્યારેય કોઈ સમય મર્યાદા સ્વીકારી નથી અને ભાષણમાં શું લખવું જોઈએ અને શું ના લખવું જોઈએ તે પ્રશ્ન પર મારી અને બોર્ડ વચ્ચે ક્યારેય કોઈ ચર્ચા થઈ નથી. હું હંમેશા એ અભિપ્રાય ધરાવતો રહ્યો છું કે હું મારા ભાષણમાં આ વિષય પર મારા વિચારો વ્યક્ત કરવા માટે સંપૂર્ણપણે સ્વતંત્ર છું. સત્ય તો એ છે કે ૭મી એપ્રિલે તમે બોમ્બે આવ્યા ત્યાં સુધી મંડલને ખ્યાલ નહોતો કે હું કેવા પ્રકારનું ભાષણ તૈયાર કરી રહ્યો છું. જ્યારે તમે બોમ્બે આવ્યા ત્યારે મેં તમને સ્વેચ્છાએ કહ્યું હતું કે અસ્પૃશ્ય જાતિઓના ધર્માંતરણ અંગેના મારા વિચારો વ્યક્ત કરવા તમારા પ્લેટફોર્મનો ઉપયોગ કરવાની મારી કોઈ ઈચ્છા નથી. હું સમજું છું કે ભાષણની તૈયારીમાં મેં મારી પ્રતિબદ્ધતાનું નિષ્ઠાપૂર્વક પાલન કર્યું છે. તમારી પોતાની રીતે કહેલી એક સાદી વાત સિવાય કે 'મને અફસોસ છે કે હું અહીં નહીં રહું' - વગેરે. મેં મારા ભાષણમાં આ વિષય પર બીજું કશું કહ્યું નથી. જ્યારે હું જોઉં છું કે તમે આવા સરળ અને પરોક્ષ સંદર્ભ સામે પણ વાંધો ઉઠાવો છો, ત્યારે મને પૂછવાની ફરજ પડી છે કે શું તમે વિચાર્યું હતું કે તમારી પરિષદના પ્રમુખ તરીકે સ્વીકારીને, હું પણ થોડા સમય માટે અસ્પૃશ્યોના ધર્મ પરિવર્તન અંગેના મારા વિચારો છોડી દઈશ? જો તમે આવું વિચાર્યું હોત તો હું તમને કહેવા માંગુ છું કે તમારી આવી ભૂલ માટે હું કોઈપણ રીતે જવાબદાર નથી. જો તમારામાંથી કોઈએ મને એવો ઈશારો પણ કર્યો હોત કે તમે મને અધ્યક્ષ બનાવીને જે સન્માન આપો છો તેના બદલામાં મારે તમારા ધર્મ પરિવર્તન કાર્યક્રમમાંથી મારો વિશ્વાસ છોડવો પડશે, તો મેં તમને સ્પષ્ટ શબ્દોમાં કહી દીધું હોત કે જેટલી મને મારી શ્રદ્ધાની ચિંતા છે, એટલી મને તમારી પાસેથી મળેલી પ્રતિષ્ઠાની ચિંતા નથી. તમારા તરફથી મને મળેલા આદર કરતાં હું મારા વિચારો અને માન્યતાઓને વધુ મહત્ત્વ આપું છું.

14મી એપ્રિલના તમારા પત્ર પછી આ પત્ર મળ્યો અને મને ખૂબ જ આશ્ચર્ય થયું. મને ખાતરી છે કે જે કોઈ આ બે પત્રો વાંચશે તેને આશ્ચર્ય થશે. સ્વાગત સમિતિની આ અચાનક ઉલટફેરનું કારણ મને સમજાતું નથી. જે સમયે તમે 14મીએ પત્ર લખ્યો હતો, ત્યારે ભાષણનો જે રફ ડ્રાફ્ટ સમિતિ પાસે હતો તેમાં તમારા પત્રમાં લખેલા આ અંતિમ પ્રારૂપમાં જેમાં સમિતિના નિર્ણયનો હવાલો અપાયો છે, બંનેના વિષય અને ભાવમાં કોઈ તફાવત નથી.

મારો મુદ્દો એ છે કે, શું તમે અંતિમ ડ્રાફ્ટમાં એક પણ નવો વિચાર કહી શકો છો જે પહેલા ડ્રાફ્ટમાં ન હતો? વિચારો સમાન છે, માત્ર એટલો જ તફાવત છે કે તેઓ અંતિમ ડ્રાફ્ટમાં વધુ વિગતવાર લખાયેલા છે. જો ભાષણમાં કંઈ વાંધાજનક હતું તો તમે મને 14મી એપ્રિલે જ કહી શક્યા હોત પરંતુ તમે તેમ કર્યું નથી. ઊલટું, તમે મને વાતચીતમાં સૂચવેલા ફેરફારો સ્વીકારવા કે નકારવાનો અધિકાર આપીને ભાષણની એક હજાર નકલો છાપવાનું કહ્યું હતું. તમારા કહેવા પ્રમાણે, મારી પાસે પણ એક હજાર નકલો છપાઈ છે અને તે તમામ મેં મારી પાસે રાખી છે. આઠ દિવસ પછી તમે લખી રહ્યા છો કે તમને મારા ભાષણ સામે વાંધો છે અને જો તે સ્વીકારવામાં નહીં આવે તો કોન્ફરન્સ રદ કરવામાં આવશે. તમને ખબર હોવી જોઈએ કે ભાષણમાં કોઈપણ પ્રકારના કાપકૂપની અપેક્ષા નહોતી. મેં તમને બોમ્બેમાં કહ્યું હતું કે હું તેમાં એક અલ્પવિરામ પણ બદલવા તૈયાર નથી. મેં એમ પણ કહ્યું હતું કે મારું ભાષણ પ્રકાશિત થાય તે પહેલાં હું અન્ય કોઈને બતાવવા તૈયાર નથી અને કોઈને પણ તેને સેન્સર કરવા અથવા રોકવાની મંજૂરી આપીશ નહીં અને તમારે તે જ સ્વરૂપમાં સ્વીકારવું પડશે જેમાં મેં તે લખ્યું છે. મેં તમને એ પણ કહ્યું હતું કે ભાષણમાં વ્યક્ત કરાયેલા મંતવ્યો અંગેની તમામ જવાબદારી સંપૂર્ણપણે મારી છે. જો તે કોન્ફરન્સમાં પસંદ ન આવે અને તેનાથી પણ આગળ જો તેમની સામે નિંદા અને વિરોધનો ઠરાવ પસાર કરવામાં આવે તો મને જરાય ખરાબ નહીં લાગે. હું મારા મંતવ્યો માટેની જવાબદારીના બોજમાંથી તમારા વર્તુળને મુક્ત કરવા અને તે જ સમયે પરિષદમાં મારી જાતને વધુ પડતી ન ફસાવવા માટે તૈયાર હતો, તેથી મેં તમને સૂચવ્યું કે હું મારું ભાષણ પ્રમુખપદનું હોય તેવું સમજવું જોઈએ નહીં અને કોન્ફરન્સની અધ્યક્ષતા માટે કોઈ અન્યને શોધવા અને ઠરાવો પસાર કરવા. 14મી એપ્રિલે આ નિર્ણય લેવા માટે તમારી સમિતિ કરતાં વધુ યોગ્ય કોઈ નહોતું પરંતુ તમારી સમિતિએ નિર્ણય લીધો ન હતો. દરમિયાન ભાષણ છપાવવાનો ખર્ચ થઈ ચૂક્યો છે. જો તમારી સમિતિ વધુ નિર્ધારિત હોત તો આ ખર્ચ બચાવી શકાયો હોત.

હું આશા રાખું છું કે મારા ભાષણમાં વ્યક્ત કરાયેલા વિચારોનો તમારી સમિતિના નિર્ણય પર કોઈ પ્રભાવ નથી. અમૃતસરમાં આયોજિત

શીખ પ્રચાર પરિષદમાં મારી હાજરીનો તમારી સમિતિના નિર્ણય સાથે ઘણો સંબંધ છે એવું ઘણા કારણોસર હું માનવા તરફ નમું છું. આ એક મોટું કારણ છે. 14મી અને 22મી એપ્રિલની વચ્ચે સમિતિના વર્તનમાં અચાનક આવેલા ફેરફાર અંગે અન્ય કોઈ સંતોષકારક રીતે સમજાવી શકે તેમ નથી. હું આ વિવાદને લંબાવવા માંગતો નથી, તેથી હું ઈચ્છું છું કે તમે આ સમજો અને જાહેરાત કરો કે મારી અધ્યક્ષતામાં જે કોન્ફરન્સ યોજાવાની હતી તે રદ કરવામાં આવી છે. હવે તમામ આકર્ષણ અને સદભાવ બગડી ગયા છે અને તમારી સમિતિ મારું સમગ્ર ભાષણ વર્તમાન સ્વરૂપમાં સ્વીકારે તો પણ હું અધ્યક્ષ બનવા તૈયાર નથી. મારા વક્તવ્યને તૈયાર કરવામાં મેં કરેલી મહેનત અને મેં લીધેલી મુશ્કેલી બદલ હું તમારો આભાર માનું છું. બીજું કોઈ નહિ તો કમસેકમ મને આ મહેનતનો ફાયદો થયો છે. મને અફસોસ એટલો જ છે કે જ્યારે મારી તબિયત આ મજૂરીના વજનને સહન કરવા યોગ્ય ન હતી ત્યારે મારે આટલી મહેનત કરવી પડી.

તમારા શુભેચ્છક

-બી.આર. આંબેડકર

■

આ પત્રવ્યવહારથી બોર્ડે મારી પ્રમુખ તરીકેની નિમણૂક કેમ રદ કરી તે કારણો સ્પષ્ટ થશે અને હવે વાચકો પણ નક્કી કરી શકશે કે ખરેખર કોની ભૂલ હતી. આ કદાચ પહેલી વાર બન્યું છે કે સ્વાગત સમિતિએ અધ્યક્ષની નિમણૂક ફક્ત એટલા માટે રદ કરી છે કારણ કે તે અધ્યક્ષના વિચારો સાથે સહમત નથી. પરંતુ એવું હોય કે ન હોય, મારા જીવનમાં ચોક્કસપણે એવું પ્રથમ વખત બન્યું હતું કે મને ઉચ્ચ જાતિના હિંદુઓની પરિષદના પ્રમુખ બનવા માટે આમંત્રણ આપવામાં આવ્યું હતું. હું દિલગીર છું કે તેનો આટલો ખેદજનક અંત આવ્યો. પરંતુ ઉચ્ચ જ્ઞાતિના હિંદુઓના સુધારાવાદી પક્ષ અને અસ્પૃશ્યોના સ્વાભિમાની વર્ગ વચ્ચે જોવા મળતા આવા દુ:ખદ સંબંધોથી કોઈ શું અપેક્ષા રાખી શકે, જ્યાં ઉચ્ચ જાતિના હિંદુઓના સુધારકો તેમના રૂઢિચુસ્ત સાથીદારોથી અલગ થવા તૈયાર નથી અને સ્વાભિમાની અસ્પૃશ્યોને આદર આપવા માટે પુનરાવર્તિત દબાણમાં આગ્રહ કરવા સિવાય અન્ય કોઈ વિકલ્પ હોવો જોઈએ નહીં.

રાજગૃહ, દાદર, બોમ્બે

14 - 15 મે, 1936

-બી.આર. આંબેડકર

■

બાબાસાહેબ ડો. ભીમરાવ આંબેડકરનું ભાષણ
જાત-પાત તોડક મંડળ (આર્ય સમાજ), લાહોર

આ ભાષણ બોર્ડની વાર્ષિક પરિષદ, 1936 માટે તૈયાર કરવામાં આવ્યું હતું, પરંતુ તે વાંચી શકાયું ન હતું કારણ કે ભાષણમાં વ્યક્ત કરાયેલા મંતવ્યો બોર્ડની સ્વાગત સમિતિ દ્વારા સ્વીકારવામાં આવ્યા ન હતા અને સહન કરવામાં આવ્યા ન હતા, તેથી કોન્ફરન્સ જ રદ કરવામાં આવી હતી. બાદમાં બાબા સાહેબ આ જ ભાષણને પુસ્તક સ્વરૂપે લાવ્યા, જે આજે પણ દેશ અને દુનિયામાં બહોળા પ્રમાણમાં વંચાય છે.

1.

જાતપાતનો નાશ (પરિચય)

મિત્રો,

જાત-પાત તોડક મંડળના મૈત્રીપૂર્ણ સભ્યોએ મને આ પરિષદની અધ્યક્ષતા માટે આદરપૂર્વક આમંત્રણ આપ્યું છે. એ મિત્રોની હાલત માટે મને ખૂબ જ અફસોસ થાય છે. હું જાણું છું કે મને પ્રમુખ તરીકે ચૂંટવા અંગે તેમને ઘણા પ્રશ્નો પૂછવામાં આવશે. મંડલને પૂછવામાં આવશે કે શું લાહોરમાં કોઈ સક્ષમ વ્યક્તિ નથી કે અધ્યક્ષની પસંદગી કરવા માટે બોમ્બે દોડવું પડ્યું હતું. હું જાણું છું કે બોર્ડને આ કોન્ફરન્સની અધ્યક્ષતા માટે મારા કરતાં વધુ સારી લાયકાત ધરાવતી વ્યક્તિ સરળતાથી મળી શકી હોત. મેં હિંદુ ધર્મની ટીકા કરી છે, મેં મહાત્માજી (ગાંધીજી)ના સિદ્ધાંતોની પણ ટીકા કરી છે, તેમની સત્તા પર સવાલો ઉઠાવ્યા છે, જેમના પર હિંદુઓ ખૂબ આદર અને માન ધરાવે છે. હિંદુઓ મને ધિક્કારે છે અને મને તેમના બગીચાનો સાપ માને છે. મને લાગે છે કે રાજકીય વિચારો ધરાવતા હિંદુઓ ચોક્કસપણે જાતપાત તોડક બોર્ડને પ્રશ્ન કરશે કે તેઓએ મને આ સન્માનજનક પદ માટે પસંદ કરીને હિન્દુઓનું

અપમાન શા માટે કર્યું. ધાર્મિક હિંદુઓને આ બિલકુલ ગમશે નહીં કારણ કે ઉચ્ચ જાતિના હિંદુઓની કોન્ફરન્સને સંબોધવા માટે મારી પસંદગી હિંદુ શાસ્ત્રોની ગરિમા અને આદેશની વિરુદ્ધ છે. શાસ્ત્રો અનુસાર ત્રણ વર્ષમાં માત્ર બ્રાહ્મણ જ ગુરુ તરીકે સ્થાપિત થાય છે. 'વર્ણાનામ્ બ્રાહ્મણો ગુરુ' આ શાસ્ત્રોની સૂચના છે, તેથી બોર્ડ જાણે છે કે હિંદુઓએ જ્ઞાન કોની પાસેથી લેવું અને કોની પાસેથી ન લેવું?

શાસ્ત્રો હિંદુઓને કોઈ પણ વ્યક્તિને માત્ર તે સારી રીતે જાણકાર છે એટલે તેમના ગુરુ તરીકે સ્વીકારવાની મંજૂરી આપતા નથી. આ વાત મહારાષ્ટ્રના એક બ્રાહ્મણ સંત રામદાસ દ્વારા ખૂબ જ સ્પષ્ટપણે કહેવામાં આવી છે, જેમણે શિવાજીને હિંદુ શાસન સ્થાપવા માટે પ્રેરણા આપી હોવાનું કહેવાય છે. સંત રામદાસે મરાઠીમાં લખેલા તેમના સામાજિક, રાજકીય અને ધાર્મિક પુસ્તક 'દાસબોધ'માં એક જગ્યાએ હિન્દુઓને પૂછ્યું છે કે શું તમે અસ્પૃશ્યને ગુરુ માની શકો છો કારણ કે તે વિદ્વાન છે? અને તે પોતે જ જવાબ આપે છે. હવે મંડલ જ જાણે છે કે તે શા માટે બોમ્બે દોડી આવ્યા અને તેણે એક એવી વ્યક્તિની પસંદગી કેમ કરી જે હિંદુઓના અભિપ્રાયમાં આટલી ધિક્કારપાત્ર હતી અને અસ્પૃશ્યને પસંદ કરીને તેને ઉચ્ચ જાતિના હિંદુઓની સભાને સંબોધવા માટે તેમણે એટલી હદે નમવું પડ્યું કે તેને પૂર્ણ કરવું પડ્યું. હું તમને મારા વિશે કહેવાની રજા માંગું છું કે મેં તમારી ઇચ્છા વિરુદ્ધ અને મારા ઘણા અસ્પૃશ્ય સાથીઓની ઇચ્છા વિરુદ્ધ તમારું આમંત્રણ સ્વીકાર્યું છે. હું પણ જાણું છું કે હું તેમને હું બિલકુલ સ્વીકાર્ય વ્યક્તિત્વ નથી, તેઓ મને જોવાનું પણ પસંદ કરતા નથી. આ બધું જાણીને પણ મેં જાણીજોઈને હંમેશા મારી જાતને તેમનાથી દૂર રાખી અને માત્ર મારા સમાજના પ્લેટફોર્મ પર જ મારા વિચારોનો પ્રચાર કરતો રહ્યો, જેના કારણે પહેલાથી જ ઘણી નારાજગી ઉભી થઈ છે અને તેઓ વધુ પરેશાન થઈ રહ્યા છે. મને હિંદુઓના મંચ પર ઊભા રહેવાની અને તેમની સામે કહેવાની કોઈ ઈચ્છા નથી કે હું તેમની પાછળ શું કહું છું. જો હું અહીં કોન્ફરન્સમાં હાજર છું, તો તે મારી પોતાની ઈચ્છાથી નહીં પરંતુ તમારી પસંદગીને કારણે છે.

મંડળનો ઉદ્દેશ્ય સમાજને સુધારવાનો છે, આ ઉમદા ધ્યેય પ્રત્યે મને હંમેશા રસ અને સમર્પણ રહ્યા છે, તેથી મને લાગ્યું છે કે મારે આ ઉમદા હેતુમાં મદદ કરવાની તક નકારી ન દેવી જોઈએ. હવે તમે જ નક્કી કરી શકો છો કે આજે હું જે કહેવા જઈ રહ્યો છું તે તમને જે સમસ્યાઓથી ઝઝૂમી રહ્યા છો તેનો ઉકેલ લાવવામાં તમને કેવી રીતે મદદ કરશે. હું તમારી સમક્ષ આ સમસ્યાઓ પર મારા વિચારો રજૂ કરવા ઈચ્છું છું.

■

2.

કોંગ્રેસ વિ. સામાજિક સુધારણા

ભારત જેવા દેશમાં સમાજ સુધારણાનો માર્ગ સ્વર્ગના માર્ગ જેવો છે અને તે અનેક મુશ્કેલીઓથી ભરેલો છે. ભારતમાં સમાજ સુધારણાના કામમાં મદદ કરનારા મિત્રો ઓછા છે પણ ટીકાકારો વધુ છે. ત્યાં બે પ્રકારના વિવેચકો છે - એક રાજકીય સુધારકો અને બીજા સમાજવાદી સુધારકો. એક સમય હતો જ્યારે એવું માનવામાં આવતું હતું કે સામાજિક કૌશલ્ય અથવા કાર્યક્ષમતા અને કુશળતા વિના, કાર્યના અન્ય કોઈપણ ક્ષેત્રમાં કાયમી પ્રગતિ શક્ય નથી. અને સામાજિક દુષણોને કારણે જે ભ્રષ્ટાચાર પેદા થયો છે તેના કારણે હિન્દુ સમાજમાં સામાજિક તાકાત નથી. તેથી આ દુષણોને જડમૂળથી ઉખેડવા માટે સતત લડત ચલાવવી જરૂરી છે. આ સત્યના સ્વીકારને કારણે જ રાષ્ટ્રીય કોંગ્રેસની સ્થાપના સાથે સામાજિક પરિષદનો પાયો નંખાયો. કોંગ્રેસે દેશના રાજકીય સંગઠનની નબળાઈઓ દર્શાવી અને સોશિયલ કોન્ફરન્સે હિન્દુ સમાજના સામાજિક સંગઠનની નબળાઈઓને દૂર કરવાનો પ્રયાસ કર્યો. થોડા સમય માટે કોંગ્રેસ અને કોન્ફરન્સ બંને એક કાર્ય માટે બે અંગોની જેમ સાથે કામ કરતા રહ્યા. બંનેનું વાર્ષિક સંમેલન પણ એક જ મંચ પર યોજાયું હતું, પરંતુ ટૂંક સમયમાં જ આ બંને પક્ષો બે પક્ષોમાં ફેરવાઈ ગયા હતા. એક રાજકીય સુધારા પક્ષ અને બીજો સમાજ સુધારક પક્ષ. બાદમાં બંને વચ્ચે ઉગ્ર બોલાચાલી થઈ હતી. પોલિટિકલ રિફોર્મ પાર્ટીએ નેશનલ કોંગ્રેસને ટેકો આપ્યો હતો, જ્યારે સોશિયલ રિફોર્મ પાર્ટીએ સોશિયલ કોન્ફરન્સને ટેકો આપ્યો હતો. આમ બંને સંગઠનો એકબીજાના કડવા હરીફ બની ગયા હતા. વિવાદનો મુદ્દો એ હતો કે શું રાજકીય સુધારા પહેલા સામાજિક સુધારણા થવી જોઈએ. દસ વર્ષ સુધી બંને સત્તાઓનો

સમાન ધ્યેય હતો અને કોઈ પણ યુદ્ધ જીત્યા વિના વિવાદ ચાલુ રહ્યો. પરંતુ તે સ્પષ્ટ હતું કે સામાજિક પરિષદનું ભાવિ ખૂબ જ ટૂંક સમયમાં સમાપ્ત થઈ રહ્યું છે.

સામાજિક પરિષદની બેઠકોની અધ્યક્ષતા કરનારાઓએ ફરિયાદ કરી અને એ હકીકતથી દુઃખી થયા કે મોટાભાગના શિક્ષિત હિંદુઓ રાજકીય પ્રગતિ ઇચ્છે છે પરંતુ સામાજિક સુધારણા પ્રત્યે તેઓ ઉદાસીન હતા. તેને આમાં કોઈ રસ નથી. તેથી, કોંગ્રેસમાં ભાગ લેનારા લોકોની સંખ્યા ઘણી વધારે હતી અને તેની સાથે સહાનુભૂતિ ધરાવતા લોકોની સંખ્યા તે કરતાં વધુ હતી. પરંતુ સામાજિક પરિષદમાં હાજરી આપનાર લોકોની સંખ્યા સરખામણીમાં ઘણી ઓછી હતી. આમ, જનતાની ઉદાસીનતા પછી તરત જ રાજકારણીઓએ સામાજિક સંમેલનનો ખુલ્લેઆમ વિરોધ કરવાનું શરૂ કર્યું. અગાઉ કોંગ્રેસ સામાજિક પરિષદો માટે પોતાનું પ્લેટફોર્મ પૂરું પાડતી હતી પરંતુ માનનીય તિલકના વિરોધ બાદ કોંગ્રેસે પણ તેને મંચ આપવાનું બંધ કરી દીધું હતું. બંને વચ્ચે દુશ્મનાવટ એટલી હદે વધી ગઈ હતી કે જ્યારે સામાજિક સંમેલન પોતાનું પ્લેટફોર્મ બનાવવા માંગતું હતું ત્યારે તેના વિરોધીઓએ તેને બાળી નાખવાની ધમકી આપી હતી. આમ, થોડા સમય પછી, રાજકીય સુધારાની તરફેણ કરતી પાર્ટી જીતી ગઈ અને સામાજિક પરિષદ વિસર્જન થઈ અને તેનો અંત આવ્યો. અને લોકો તેને ભૂલી પણ ગયા. 1892 માં શ્રી. ડબલ્યુ. સી. બેનર્જી અલ્હાબાદમાં યોજાયેલા કોંગ્રેસના આઠમા અધિવેશનના અધ્યક્ષ હતા. એ વખતે એમણે આપેલું ભાષણ એક રીતે સામાજિક પરિષદના મૃત્યુ માટેનું અંતિમ સંસ્કારનું ભાષણ હતું, એટલે કે શોક સંદેશ જેવું હતું. આ ભાષણ કોંગ્રેસની વર્તણૂકનું એટલું ઉત્તમ ઉદાહરણ છે કે મેં તેમાંથી નીચેના ફકરાઓ ટાંકવાનું સાહસ કર્યું છે. ભાષણમાં શ્રી બેનર્જીએ કહ્યું હતું કે-

"હું તે લોકો સાથે સંમત નથી કે સહાનુભૂતિ ધરાવતો નથી જેઓ કહે છે કે જ્યાં સુધી આપણે આપણા સામાજિક માળખામાં સુધારો નહીં કરીએ ત્યાં સુધી આપણે રાજકીય સુધારણા માટે સક્ષમ ન હોઈ શકીએ, પરંતુ મને બંને વચ્ચે કોઈ જોડાણ દેખાતું નથી, શું આપણે ફક્ત રાજકીય સુધારા માટે લાયક નથી કારણ કે આપણી વિધવાઓ ફરીથી લગ્ન કરતી નથી. અને આપણી છોકરીઓના લગ્ન બીજા દેશો કરતા નાની ઉંમરે થાય છે કે પછી આપણે આપણી દીકરીઓને ઓક્સફર્ડ કે કેમ્બ્રિજ યુનિવર્સિટીમાં નથી મોકલતા?

મેં ઉપર ઉલ્લેખ કર્યો છે કે કેવી રીતે મા. બેનર્જીએ રાજકીય સુધારાને ટેકો આપ્યો હતો. તે સમયે અને અત્યારે પણ ઘણા એવા લોકો હતા જેઓ આ મામલે કોંગ્રેસની જીત જોઈને ખુશ હતા. પરંતુ

જેઓ સમાજ સુધારણાના મહત્વમાં માને છે તેઓ પૂછી શકે છે કે શું મિ. બેનર્જીના નિવેદનનો કોઈ જવાબ નથી? શું આ સાબિત કરે છે કે જેઓ સત્યવાદી હતા તેઓ જ જીત્યા? શું આ કોઈ તારણ સાબિત કરે છે કે સામાજિક સુધારણાને રાજકીય સુધારા સાથે કોઈ સંબંધ નથી? આવો, આ દૃષ્ટિકોણથી અસ્પૃશ્યો પ્રત્યે ઉચ્ચ જાતિના હિંદુઓનું વર્તન વિશે વિચારો, આ તમને આ વિષયને સમજવામાં મદદ કરશે.

મહારાષ્ટ્રમાં પેશ્વાઓના શાસન દરમિયાન, જો કોઈ ઉચ્ચ જ્ઞાતિનો હિંદુ રસ્તા પર ચાલતો હતો, તો અસ્પૃશ્યને ત્યાં ચાલવાની છૂટ ન હતી. જેથી એવું ન થાય કે જો તેનો પડછાયો કોઈ હિંદુ પર પડે તો તે તેને અશુદ્ધ કરી શકે. અસ્પૃશ્યને પ્રતીક તરીકે તેના કાંડા પર અથવા તેની ગરદન પર કાળો દોરો બાંધવો પડતો હતો જેથી કરીને હિંદુ તેને ભૂલથી સ્પર્શ કરવાથી અશુદ્ધ ન થઈ જાય. પેશ્વાઓની રાજધાની પૂનામાં અસ્પૃશ્યોએ કમર ફરતે સાવરણી બાંધીને ચાલવું પડતું હતું. કારણ કે ચાલતી વખતે જમીન પર તેમના પગના નિશાન સાવરણી વડે લૂછી નંખાવા જોઈએ. જેથી કોઈ હિંદુ અસ્પૃશ્યના પગના નિશાન પર પગ મૂકીને અશુદ્ધ ન બને.

પૂનામાં અસ્પૃશ્યો જ્યાં પણ જાય ત્યાં તેમણે પોતાના ગળામાં માટીનું વાસણ રાખવું પડતું જેથી થૂંકવું હોય તો તેમાં થૂંકવું પડે. કારણ કે જો કોઈ અસ્પૃશ્ય જમીન પર થૂંકે અને હિંદુના પગ તેના પર પડે તો તે અપવિત્ર થઈ જશે. હું તમને કેટલીક અન્ય તાજેતરની ઘટનાઓ રજૂ કરવાની પરવાનગી આપવા માંગુ છું. મધ્ય ભારતમાં બલાઈ નામની અસ્પૃશ્ય જાતિ રહે છે. હિંદુઓ દ્વારા તેમના પર થયેલા અત્યાચારો મારી વાત સ્પષ્ટ કરશે. આ ગુનાઓનો અહેવાલ 4 જાન્યુઆરી, 1928ના ટાઈમ્સ ઓફ ઈન્ડિયા અખબારમાં પ્રકાશિત થયો હતો. આ અહેવાલમાં લખવામાં આવ્યું છે કે કહેવાતા ઉચ્ચ જાતિના ઉચ્ચ જાતિના હિંદુઓ એટલે કે કલોટીયા, રાજપૂત અને બ્રાહ્મણો, જેમાં કનાડી, વચેટિયા હાપસી, વચેટિયા મર્દાના અને પટેલો અને લગભગ 15 અન્ય ગામોના પટવારીઓ પણ સામેલ હતા. તેઓએ પોતપોતાના ગામની મહિલાઓને ધમકી આપી હતી કે જો તમારે અમારા સમર્થનથી ટકી રહેવું હોય તો તમારે અમારા આદેશનું પાલન કરવું પડશે.

1. બલાઈ જાતિના લોકો ગોલ્ડન ગોટા બોર્ડરવાળી પાઘડી નહીં પહેરે.
2. તેઓ રંગબેરંગી અથવા સુંદર બોર્ડર સાથે ફેશનેબલ ધોતી પહેરશે નહીં.
3. તેઓ ચોક્કસપણે તેમના દૂરના સંબંધીઓને હિંદુના મૃત્યુના સમાચાર પહોંચાડશે.

4. તેઓ સંગીતનાં સાધનો વગાડતા તમામ હિન્દુઓના લગ્ન સરઘસની સામે ચાલશે.
5. ગરીબ સ્ત્રીઓ સોના-ચાંદીના આભૂષણો, સુંદર બકરીઓ અને ફેશનેબલ કપડાં પણ પહેરશે નહીં.
6. બલાઈ મહિલાઓ તેમના બાળકોના જન્મ સમયે હિન્દુ મહિલાઓની સેવા કરશે.
7. બલાઈ લોકો હિન્દુઓની સેવા કરવાના બદલામાં કોઈ મહેનતાણું માંગશે નહીં અને હિન્દુઓ તેમને જે કંઈ આપે તે સ્વેચ્છાએ સ્વીકારીને તેઓ સંતુષ્ટ થશે.
8. જો બલાઈ લોકો આ શરતો સ્વીકારતા નથી તો તેઓએ ગામ છોડી દેવું જોઈએ.

જ્યારે બલાઈઓએ આ આદેશોનું પાલન કરવાનો ઇનકાર કર્યો, ત્યારે હિંદુઓએ તેમની સામે સામાજિક કાર્યવાહી શરૂ કરી. દાસીઓને ગામના કુવાઓમાંથી પાણી ખેંચવા અને તેમના પશુઓને ચરાવવાનું બંધ કરવામાં આવ્યું હતું. બલાઈઓને હિંદુઓની જમીનમાંથી પસાર થવાની પણ મનાઈ હતી. આ એટલા માટે છે કે જો બલાઈના ખેતરની આસપાસ હિંદુ ખેતરો હોય, તો બલાઈ તેના ખેતરમાં જઈ શકતા નથી. હિંદુઓ તેમના પશુઓને બલાઈના ખેતરોમાં ચરવા માટે છોડી દે છે. બલાઈઓએ આ અત્યાચાર સામે ઈન્દોર કોર્ટમાં અરજી કરી હતી, પરંતુ યોગ્ય સમયે મદદ ન મળવાને કારણે અને અત્યાચાર ચાલુ રહેવાને કારણે સેંકડો બલાઈઓને તેમની પત્નીઓ અને બાળકો સાથે તેમના પૂર્વજો જે ઘરોમાં રહેતા હતા તે ઘર છોડવાની ફરજ પડી હતી. તેઓને આસપાસના રજવાડાઓ જેવા કે ધાર, દેવાસ, બાગલી, ભોપાલ, ગ્વાલિયર અને અન્ય રજવાડાઓના ગામડાઓમાં જવાની ફરજ પડી હતી. તેમના નવા ઘરોમાં તેમની સાથે શું થયું તેનું વર્ણન કરવું મુશ્કેલ છે.

ગયા વર્ષે જ, ગુજરાતના કવિતા ગામમાં એક ઘટના બની હતી જેમાં આ ગામના હિંદુઓએ અસ્પૃશ્યોને આદેશ આપ્યો હતો કે તેઓ તેમના બાળકોને ગામની સરકારી શાળામાં મોકલવાનો પ્રયાસ ન કરે. દરેક વ્યક્તિ જાણે છે કે ઉચ્ચ જાતિના હિંદુઓની ઇચ્છા વિરુદ્ધ તેમના નાગરિક અધિકારોનો ઉપયોગ કરવાની હિંમત માટે ગરીબ અસ્પૃશ્યોએ કેટલો જુલમ સહન કરવો પડ્યો હતો. તેનું અહીં વધુ વર્ણન કરવાની જરૂર નથી. ગુજરાતના અમદાવાદ જિલ્લાના જુહુ નામના ગામની બીજી ઘટના સાંભળો. નવેમ્બર 1935 માં, કેટલાક સમૃદ્ધ અસ્પૃશ્ય પરિવારોની કેટલીક સ્ત્રીઓએ ધાતુના વાસણોમાં પાણી લાવવાનું શરૂ કર્યું. હિંદુઓ અસ્પૃશ્યો દ્વારા ધાતુના વાસણોના ઉપયોગને તેમના સન્માનની વિરુદ્ધ

અને અપમાન તરીકે માનતા હતા. આ હિંમત માટે, અસ્પૃશ્ય મહિલાઓ પર નિર્દયતાથી હુમલો કરવામાં આવ્યો અને માર મારવામાં આવ્યો.

હાલમાં જ જયપુરના ચકવારા ગામમાંથી એક સમાચાર મળ્યા છે. અખબારોમાં પ્રસિદ્ધ થયેલા સમાચાર મુજબ ચકવારા ગામના અસ્પૃશ્યોએ તીર્થયાત્રાથી પાછા ફર્યા બાદ ધાર્મિક પુણ્યનું પાલન કરીને ગામના અસ્પૃશ્ય ભાઈઓને પ્રસાદ પીરસવાની વ્યવસ્થા કરી હતી. તેમણે ભોજન સમારંભમાં સ્થાનિક ઘી સાથે વાનગીઓ રાંધી હતી. જ્યારે અસ્પૃશ્ય ભાઈઓ જમતા હતા, ત્યારે સેંકડો હિંદુ લોકો લાકડીઓ લઈને તેમને ધમકાવવા ત્યાં આવ્યા હતા. તેઓએ બધો ખોરાક બગાડ્યો અને અસ્પૃશ્યોને માર માર્યો. એ ગરીબ લોકો જીવ બચાવવા દોડ્યા. આ નિઃશસ્ત્ર અસ્પૃશ્યો પર આ ખૂની હુમલો શા માટે કરવામાં આવ્યો? અખબારમાં પ્રકાશિત અહેવાલમાં કહેવામાં આવ્યું છે કે આનું કારણ એ હતું કે અસ્પૃશ્ય જેઓ મિજબાનીનું આયોજન કરી રહ્યા હતા તેમને દેશી ઘી ખવડાવવાની હિંમત હતી. અને તેના મહેમાનોએ અસ્પૃશ્ય હોવા છતાં ઘી ખાવાની મૂર્ખામી કરી હતી. દેશી ઘી એ અમીરો માટે લક્ઝરી વસ્તુ છે પરંતુ કોઈ એવું વિચારશે નહીં કે ઘીનો ઉપયોગ સામાજિક પ્રતિષ્ઠાનું પણ પ્રતીક છે. ચકવાડાના ઉચ્ચ જ્ઞાતિના હિંદુઓ આ સહન ન કરી શક્યા અને તેઓને પાઠ ભણાવવાના ગુસ્સામાં એ અસ્પૃશ્યોની ભૂલનો બદલો લીધો, જેમણે ઘીની વાનગીઓ પીરસીને ઉચ્ચ જાતિનું અપમાન કર્યું હતું. તે અસ્પૃશ્યોએ સમજવું જોઈએ કે ઘી એ તેમનો ખોરાક નથી પરંતુ ઉચ્ચ જાતિના હિંદુઓ (ઉચ્ચ સામાજિક દરજ્જો) ની પ્રતિષ્ઠા સાથે સંકળાયેલ ખોરાક છે. આનો અર્થ એ છે કે અસ્પૃશ્યે ઘીનો ઉપયોગ ન કરવો જોઈએ, ભલે તે તેને પોસાય તેમ હોય તો પણ. આ ઘટના 1 એપ્રિલ, 1936 ના રોજ અથવા તેની આસપાસ બની હતી.

હવે હું સામાજિક સુધારણાની બાબત વિશે કંઈક કહેવા માંગુ છું. આમ કરવાથી, શક્ય હોય ત્યાં સુધી હું પૂ. બેનર્જીને અનુસરીશ અને હું રાજકીય વિચારસરણી ધરાવતા હિંદુઓને પૂછવા માંગુ છું, “શું તમે તે સંજોગોમાં રાજકીય સત્તા માટે યોગ્ય છો? જ્યારે તમે અસ્પૃશ્યોની જેમ, તમારા પોતાના દેશવાસીઓના મોટા વર્ગને જાહેર કૂવાઓનો ઉપયોગ કરવા માટે રોકો છો? શું તમે રાજકીય સત્તા માટે યોગ્ય છો, જો તમે તેમને જાહેર રસ્તાઓનો ઉપયોગ કરવાની મંજૂરી ન આપો? શું તમે ત્યારે રાજકીય સત્તાને લાયક છો જ્યારે તમે તેમને તેમની પસંદગીનો ખોરાક પણ ખાવા ન દો કે વસ્ત્રો કે ઘરેણાં પણ ન પહેરવા દો?”

હું આના જેવા એક ટન પ્રશ્નો સાથે આગળ વધી શકું છું પરંતુ આ અહીં પૂરતું છે. મને નવાઈ લાગે છે કે મા. બેનર્જી આ પ્રશ્નોના શું જવાબ

આપશે? હું માનું છું કે કોઈ પણ સમજદાર વ્યક્તિ આ પ્રશ્નોના 'હા'માં જવાબ આપવાની હિંમત નહીં કરે. પરંતુ ફિલોસોફર મિલના સિદ્ધાંતનું પુનરાવર્તન કરનાર દરેક કોંગ્રેસમેને "એક દેશને બીજા દેશ પર શાસન કરવાનો અધિકાર નથી. એ પણ સ્વીકારવું જોઈએ કે એક વર્ગ બીજા વર્ગ પર શાસન કરવા માટે યોગ્ય નથી."

તો પછી સમાજ સુધારણા પક્ષ આ યુદ્ધ કેવી રીતે હારી ગયો? આને યોગ્ય રીતે સમજવાની જરૂર છે. એ નોંધવું જરૂરી છે કે તે સમયે સમાજ સુધારકો આ પ્રકારના સામાજિક સુધારા માટે આંદોલન કરી રહ્યા હતા. અત્રે એ ઉલ્લેખ કરવો જરૂરી છે કે સામાજિક સુધારણાના બે અર્થ છે. એક હિંદુ પરિવારનો સુધારો અને બીજો હિંદુ સમાજના બંધારણનું પુનર્ગઠન અને પુનઃનિર્માણ. આમાંથી પ્રથમ વિધવા પુનર્લગ્ન, બાળ લગ્ન વગેરે સાથે સંબંધિત છે જ્યારે બીજી જાતિ પ્રથાના વિનાશ સાથે સંબંધિત છે. સામાજિક પરિષદ એક એવી સંસ્થા હતી જે મોટાભાગે ઉચ્ચ જાતિના હિંદુ પરિવારોની સુધારણા સાથે સંબંધિત હતી. તેમાંના મોટા ભાગના હિંદુઓ ઉચ્ચ જાતિના શિક્ષિત જાતિના હતા. જેઓએ જ્ઞાતિવાદ નાબૂદ કરવા માટે આંદોલન કરવાની આવશ્યકતાનું ભાન નહોતું અને આંદોલન કરવાની હિંમત પણ નહોતી કરી. તેમને લાગ્યું કે ઉચ્ચ જ્ઞાતિઓમાં વિધવા પુનર્લગ્ન અથવા બાળલગ્ન જેવા દૂષણોને દૂર કરવાની વધુ જરૂર છે. કારણ કે આ કુપ્રથાઓ તેમની વચ્ચે પ્રચલિત હતી અને તેમને દુ:ખ આપી રહી હતી. તેઓ સમગ્ર હિન્દુ સમાજને સુધારવાનો પ્રયાસ કરતા ન હતા. અને તેમનું તમામ ધ્યાન તેમના પરિવારની સુધારણાના મુદ્દા પર આપવામાં આવતું હતું. તેમને સામાજિક સુધારણા સાથે કોઈ લેવાદેવા ન હતી જેનો અર્થ જાતિ વ્યવસ્થા તોડવાનો હતો. સમાજ સુધારકોએ ક્યારેય આ મુદ્દો ઉઠાવ્યો નથી. આ કારણોસર સમાજ સુધારણા પક્ષનો અંત આવ્યો.

હું જાણું છું કે આ દલીલ એ હકીકતને બદલી શકશે નહીં કે રાજકીય સુધારણા ખરેખર સામાજિક સુધારણાને પાછળ ધકેલીને આગળ આવી હતી. પરંતુ આ દલીલનો ઓછામાં ઓછો આ ફાયદો છે, જો વધુ નહીં, તો તે સમજાવવામાં કે શા માટે સોશિયલ રિફોર્મ પાર્ટી હારી ગઈ. તે આપણને રાજકીય સુધારણા પક્ષે સામાજિક સુધારણા પક્ષ પર હાંસલ કરેલ વિજયને સમજવામાં મદદ કરે છે, અને તે માન્યતા કે સામાજિક સુધારણાને રાજકીય સુધારણાની પહેલની જરૂર નથી. આ એક એવો અભિપ્રાય છે જે માત્ર ત્યારે જ ટકી શકે છે જો સમાજ સુધારણાનો અર્થ પરિવારના સુધારા સુધી સીમિત હોય. સમાજના પુનઃનિર્માણના અર્થમાં સામાજિક સુધારણા પહેલાં રાજકીય સુધારણા શક્ય નથી એ નકારવું

મુશ્કેલ છે. સામ્યવાદના પિતા કાર્લ માર્ક્સના મિત્ર અને સહયોગી ફર્ડિનાન્ડ લાસાલે જેવા વિચારકનું પણ કહેવું હતું કે રાજકીય બંધારણ ઘડનારાઓએ સામાજિક બાબતોને ધ્યાનમાં લેવી જોઈએ.

સત્ય અને શક્તિઓને ધ્યાનમાં રાખવી જોઈએ. 1862 માં જર્મન પ્રેક્ષકોને સંબોધતા, લાસાલે કહ્યું હતું કે, "બંધારણીય પ્રશ્ન મૂળભૂત રીતે અધિકારોનો પ્રશ્ન નથી. દેશનું વાસ્તવિક બંધારણ ફક્ત તેના શક્તિશાળી પદ પર આધારિત છે." રાજકીય બંધારણનું મૂલ્ય અને સ્થાયી પણું ત્યારે જ હોય છે જ્યારે તેઓ સમાજમાં જોવા મળતી માન્યતાઓ અને શક્તિઓને યોગ્ય રીતે સમજાવે છે.

પરંતુ જુબાની માટે રશિયા (જર્મની) જવાની જરૂર નથી. આના દાખલા આપણને દેશમાં જ જોવા મળશે. આ સાંપ્રદાયિક પુરસ્કારનો અર્થ શું છે જેના દ્વારા વિવિધ વર્ગો અને સમુદાયો વચ્ચે ચોક્કસ પ્રમાણમાં રાજકીય સત્તા અથવા અધિકારોનું વિતરણ કરવામાં આવે છે? મારા મતે, આનો અર્થ એ છે કે રાજકીય બંધારણે સામાજિક માળખું અને ફેબ્રિકને ધ્યાનમાં લેવું જોઈએ. આ વિભાજન દર્શાવે છે કે જે રાજકારણીઓએ સ્વીકારવાનો ઇનકાર કર્યો હતો કે ભારતમાં સામાજિક સમસ્યા રાજકીય સમસ્યા સાથે ગાઢ રીતે સંકળાયેલી છે, તેઓને બંધારણ ઘડતી વખતે સામાજિક સમસ્યાઓને ઓળખવાની ફરજ પડી હતી. એવું કહી શકાય કે કોમ્યુનલ એવોર્ડ એ સામાજિક સુધારણા પ્રત્યે ઉપેક્ષા અને ઉદાસીનતા દર્શાવવાની સજા છે. આ સમાજ સુધારણા પક્ષની જીત છે જે દર્શાવે છે કે તેઓ હારી ગયા હોવા છતાં સામાજિક સુધારણાના મહત્વ પર તેમનો ભાર ખૂબ જ મહત્વપૂર્ણ અને યોગ્ય હતો. હું જાણું છું કે ઘણા સજ્જનો મારા મત સાથે સહમત નહીં થાય. આ વિચાર લોકોમાં ફેલાઈ રહ્યો છે અને કોમ્યુનલ એવોર્ડ અકુદરતી છે અને અસ્પૃશ્યો અને અન્ય લઘુમતીઓ અને અમલદારશાહી વચ્ચેના અપવિત્ર જોડાણનું પરિણામ છે તે સ્વીકારતા આનંદ અને ગર્વની લાગણી છે. જો તમે કહો છો કે કોમ્યુનલ એવોર્ડનું સારું પરિણામ નથી, તો હું મારી વાતને યોગ્ય ઠેરવવા પુરાવા તરીકે કોમ્યુનલ એવોર્ડની મદદ લેવા માંગતો નથી. હવે ફક્ત આયર્લેન્ડનું ઉદાહરણ જુઓ. આયર્લેન્ડમાં હોમ રૂલનો ઇતિહાસ શું દર્શાવે છે? તે જાણીતું છે કે જ્યારે અલ્સ્ટર અને સાઉથ આયર્લેન્ડના પ્રતિનિધિઓ વચ્ચે વાટાઘાટો ચાલી રહી હતી, ત્યારે ત્યાંના પ્રતિનિધિ રેડમન્ડે અલ્સ્ટરના પ્રતિનિધિઓને આખા આયર્લેન્ડ માટે હોમ રૂલની સમાન વ્યવસ્થામાં એક થવાનું કહ્યું હતું. "તમને ગમે તેવી રાજકીય સુરક્ષા આપવામાં આવશે."

અલ્સ્ટર લોકોએ જે જવાબ આપ્યો તે હતો, "તમારી સુરક્ષા સાથે

નહીં, અમે કોઈપણ શરતો પર તમારા શાસન હેઠળ જીવવા માંગતા નથી." ભારતમાં લઘુમતીઓને દોષ દેનારાઓએ વિચારવું જોઈએ કે જો અહીં પણ લઘુમતીઓ હોય તો શું થાય?

અલ્સ્ટર જેવો જ અભિગમ અપનાવ્યો હોત તો બહુમતીની રાજકીય ઈચ્છાઓની શું હાલત થઈ હોત? આઇરિશ હોમ રૂલની તરફેણમાં અલ્સ્ટરની વર્તણૂકને ધ્યાનમાં રાખીને, તે પણ એકદમ સામાન્ય છે કે ભારતના લઘુમતીઓએ બહુમતીના શાસનની આધીનતા સ્વીકારી છે જેણે રાજકીય ડહાપણનો પુરાવો આપ્યો નથી, આ શરતે કે તેમની કેટલીક સુરક્ષા માટે નિર્ણય લેવો જોઈએ. ઠીક છે, તે એક સંયોગ હતો, મુખ્ય મુદ્દો એ છે કે અલ્સ્ટર આવું કેમ વર્તે છે, હું એક જ જવાબ આપી શકું છું કે દક્ષિણ આયર્લૅન્ડ અને અલ્સ્ટર વચ્ચે સામાજિક સમસ્યા હતી, એટલે કે, રોમન કૅથલિકો અને પ્રોટેસ્ટન્ટ વચ્ચે હતી સામાજિક અને જ્ઞાતિની સમસ્યા. વાસ્તવમાં તે જ્ઞાતિની સમસ્યા હતી. અલ્સ્ટરના લોકોએ તેમનો જવાબ એવી રીતે તૈયાર કર્યો હતો કે આયર્લૅન્ડનું ગૃહ શાસન (સ્વતંત્રતા) રોમનું શાસન (અત્યાચાર) હશે. આ એક જ વાત કહેવાની બીજી રીત છે પરંતુ કૅથલિકો અને પ્રોટેસ્ટંટ વચ્ચે જ્ઞાતિની સામાજિક સમસ્યા હતી જેણે રાજકીય સમસ્યાનો ઉકેલ આવવા દીધો ન હતો. આ પુરાવાની સત્યતા પર ચોક્કસપણે શંકા થશે અને કહેવામાં આવશે કે અહીં પણ સામ્રાજ્યવાદીઓનું મન કામમાં હતું. પણ મારા પુરાવાનો ખજાનો પણ ખાલી નથી.

હું રોમના ઇતિહાસમાંથી પુરાવા આપવા માંગુ છું. કોઈ એવું કહી શકે નહીં કે કોઈ દુષ્ટ પ્રતિભા ત્યાં કામ કરી રહી હતી. કોઈપણ જેણે રોમનો ઇતિહાસ વાંચ્યો છે તે જાણે છે કે રોમની લોકશાહી શાસન પ્રણાલીમાં સાંપ્રદાયિક વિભાજનના સમાન સંકેતો હાજર હતા. જ્યારે રોમમાં રાજાનું પદ નાબૂદ કરવામાં આવ્યું ત્યારે રાજાની સત્તા એટલે કે સામ્રાજ્ય એટલે કે રાજાશાહી સત્તા 'કોન્સ્યુલ' અને 'પોન્ટિફેક્સ મેક્સિમસ' વચ્ચે વહેંચાઈ ગઈ. કોન્સલ્સને રાજાની બિનસાંપ્રદાયિક ટેમ્પોરલ સત્તા સોંપવામાં આવી હતી અને 'પોન્ટીફેક્સ મેક્સિમસ' એ શાહી ધાર્મિક સત્તા સંભાળી હતી. એટલે કે ધાર્મિક અધિકારો રાજાને સોંપવામાં આવ્યા. આ કારણે, પ્રજા તંત્ર શાસન વ્યવસ્થાએ એવો નિયમ બનાવ્યો હતો કે બે કોન્સ્યુલમાંથી એક 'પેટ્રિશિયન' અને બીજો 'પ્લેબિયન' હશે. તે જ બંધારણમાં તે પણ લખવામાં આવ્યું હતું કે પોન્ટીફેક્સ મેક્સિમસ હેઠળ, અડધા પુરોહિતો પ્લેબિયન બન્યા અને બાકીના અડધા પેટ્રિશિયન હતા. રોમન લોકશાહીના બંધારણમાં આ શરતો શા માટે આપવામાં આવી હતી, જેને મેં સાંપ્રદાયિક પુરસ્કારની શરતોને મળતી આવે છે? કારણ

કે આ લોકો બે અલગ-અલગ જાતિઓ અથવા વર્ણોમાં વિભાજિત હતા, plebeians અને patricians. રોમના લોકશાહી બંધારણમાં સમાજના બે ભાગોમાં વિભાજનને સંપૂર્ણપણે ધ્યાનમાં લેવું જરૂરી હતું. સારાંશ એ છે કે રાજકીય સુધારકો ગમે તે દિશામાં જોડાવા માંગે છે, તેઓ જોશે કે શાસનની કોઈપણ પ્રણાલીના નિર્માણમાં, તેઓ ત્યાંની પ્રવર્તમાન સામાજિક વ્યવસ્થાથી ઊભી થતી સમસ્યાઓને અવગણી શકે નહીં.

સામાજિક અને ધાર્મિક સમસ્યાઓ રાજકીય બંધારણો પર અસર કરે છે અને ઊંડો સંબંધ ધરાવે છે તે મારા સત્યના સમર્થનમાં મેં આના સમર્થનમાં આપેલા ઉદાહરણો ખૂબ જ વિશિષ્ટ છે. પરંતુ એવું ન માનવું જોઈએ કે એકનો બીજા સાથે મર્યાદિત સંબંધ છે. તેનાથી વિપરીત, આપણે કહી શકીએ કે ઇતિહાસમાં સામાજિક અને ધાર્મિક ક્રાંતિ પછી જ રાજકીય ક્રાંતિઓ થઈ છે. માર્ટિન લ્યુથર દ્વારા શરૂ કરાયેલ ધાર્મિક સુધારણા એ યુરોપના લોકો માટે રાજકીય સ્વતંત્રતાનો પુરોગામી હતો. સુધારણાથી ઈંગ્લેન્ડમાં પ્યુરિટનિઝમ માટે રાજકીય સ્વતંત્રતા થઈ. તેના કારણે અમેરિકા આઝાદીનું યુદ્ધ જીત્યું. પ્યુરિટનિઝમે નવી દુનિયાનો પાયો નાખ્યો. પ્યુરિટનિઝમે અમેરિકાની સ્વતંત્રતાની લડાઈ જીતી લીધી. તે એક ધાર્મિક ચળવળ હતી. મુસ્લિમ સામ્રાજ્યોના કિસ્સામાં પણ એવું જ છે. આરબ દેશોના લોકો રાજકીય શક્તિ બન્યા તે પહેલા હઝરત મોહમ્મદ સાહેબે તેમની વચ્ચે સંપૂર્ણ ધાર્મિક ક્રાંતિ સર્જી હતી. ભારતીય ઇતિહાસ પણ આ પુરાવાને સમર્થન આપે છે. ચંદ્રગુપ્ત મૌર્ય દ્વારા શરૂ કરાયેલ રાજકીય ક્રાંતિના ઘણા સમય પહેલા ભગવાન બુદ્ધે ધાર્મિક અને સામાજિક ક્રાંતિ સર્જી હતી. મહારાષ્ટ્રના ઋષિ-મુનિઓ અને મહાત્માઓ દ્વારા સામાજિક અને ધાર્મિક સુધારા કર્યા પછી જ શિવાજી રાજકીય ક્રાંતિ લાવી શક્યા. શીખોની રાજકીય ક્રાંતિ પહેલા ગુરુ નાનકે સામાજિક અને ધાર્મિક ક્રાંતિ સર્જી હતી. વધુ ઉદાહરણો આપવાની જરૂર નથી. આ ઘણા ઉદાહરણો એ સાબિત કરવા માટે પૂરતા છે કે સમાજના રાજકીય વિકાસ માટે લોકોના વિચારો, મન અને આત્માની શુદ્ધિ અને મનની સ્વતંત્રતા ખૂબ જ જરૂરી છે.

■

3.

સમાજવાદ વિ. સામાજિક ન્યાય

હવે મારે સમાજવાદીઓ વિશે પણ થોડી ચર્ચા કરવી છે. શું સમાજવાદીઓ સમાજ વ્યવસ્થા દ્વારા સર્જાયેલી અનેક સમસ્યાઓને અવગણી શકે છે? ભારતના સમાજવાદીઓ, યુરોપમાં તેમના સાથીદારોને અનુસરીને, ભારતની સામાજિક વાસ્તવિકતાને ધ્યાનમાં રાખીને ઇતિહાસનું આર્થિક અર્થઘટન લાગુ કરવાનો પ્રયાસ કરી રહ્યા છે. તેમની માન્યતા એવી છે કે વ્યક્તિ એક આર્થિક અસ્તિત્વ છે, તેની ક્રિયાઓ અને ઇચ્છાઓ આર્થિક તત્વો સાથે જોડાયેલી છે અને સત્તાનું એકમાત્ર સાધન સંપત્તિ છે. તેથી જ તેઓ વારંવાર કહે છે કે રાજકીય અને સામાજિક સુધારા એ એક મોટી ભ્રમણા અને છેતરપિંડી છે અને સંપત્તિને સમાન બનાવતા આર્થિક સુધારા અન્ય તમામ સુધારાઓ પહેલાં આવવા જોઈએ. વ્યક્તિ સંતુષ્ટ થઈ શકે છે કે આર્થિક ઉદ્દેશો એ એકમાત્ર હેતુ હોઈ શકે નહીં જેની સાથે વ્યક્તિ કાર્ય કરે છે. માનવસમાજનો કોઈ પણ વિદ્યાર્થી માની શકતો નથી કે આર્થિક શક્તિ જ એકમાત્ર શક્તિ છે. સત્ય એ છે કે વ્યક્તિની સામાજિક સ્થિતિ પણ ઘણીવાર શક્તિનો આધાર બની જાય છે કારણ કે સામાજિક દરજ્જાના આધારે જ મહાપુરુષોએ સામાન્ય લોકો પર તેમની સત્તા સ્થાપિત કરી છે. જો આવું ન થયું હોત તો ભારતમાં શ્રીમંત લોકો પણ ઋષિ-મુનિઓ અને ફકીરોના અનુયાયી ન બન્યા હોત જેમને પૈસા સાથે કોઈ લેવાદેવા નથી. ભારતમાં લાખો ગરીબ લોકો શા માટે તેમના સામાન્ય દાગીના વેચીને બનારસ અથવા મક્કા જાય છે? ભારતનો ઈતિહાસ એ હકીકતનું ઉદાહરણ રજૂ કરે છે કે ધર્મ શક્તિનો સ્ત્રોત એટલે કે શક્તિનું સાધન રહ્યો છે. જ્યાં સામાન્ય લોકો પર હંમેશા સાધુ-સંતો અને પુરોહિતોનો પ્રભાવ અને વર્ચસ્વ રહ્યું છે. કેટલીકવાર

તે મેજિસ્ટ્રેટ કરતાં પણ તે વધુ હોય છે. ભારતમાં, દરેક વસ્તુ, હડતાલ અને ચૂંટણીઓ પણ ખૂબ જ સરળતાથી ધાર્મિક સ્વરૂપમાં ફેરવાઈ જાય છે અને તેને ધાર્મિક રંગ આપવામાં આવે છે.

વ્યક્તિ પર ધર્મની શક્તિનું ઉદાહરણ રોમના સામાન્ય લોકોના કિસ્સામાં પણ આપી શકાય છે. ત્યાંના પ્લેબિયન લોકો લોકશાહી હેઠળ સર્વોચ્ચ કાર્યકારિણીમાં તેમના હિસ્સા માટે લડ્યા હતા અને તેમનું પ્લેબિયન લોકોનું લોકસંમેલન, 'કોમિટિયા સેન્ટુરિયાટા', નિયુક્ત કોન્સલ (પ્રતિનિધિઓ) મેળવ્યા હતા, જેમની પસંદગી રોમના વતનીઓની બનેલી અલગ ચૂંટણી મંડળ દ્વારા કરવામાં આવી હતી જે રોમની અલગ શક્તિ હતી. તેમણે પોતાના પ્રતિનિધિની નિમણૂક કરી કારણ કે તેમને લાગ્યું કે ચુનંદા પેટ્રિશિયન કોન્સ્યુલ્સના પ્રતિનિધિઓ વહીવટ ચલાવવામાં તેમની સાથે ભેદભાવ કરે છે. આનાથી તેમને મોટો ફાયદો થયો કારણ કે રોમના લોકશાહી બંધારણમાં, એક પ્રતિનિધિને બીજા પ્રતિનિધિના કામ પર વીટો કરવાનો અધિકાર છે. પરંતુ શું તેઓને ખરેખર અધિકારો મળ્યા હતા? જવાબ 'ના' છે. સામાન્ય રીતે, સામાન્ય લોકોને પોતાના માટે ખૂબ જ મજબૂત પ્રતિનિધિ મળવો જોઈએ કારણ કે તે સામાન્ય લોકોની અલગથી નિશ્ચિત મતદાર યાદી દ્વારા ચૂંટાયા હતા. પ્રશ્ન એ છે કે તેઓ શા માટે એક મજબૂત પ્રતિનિધિ પસંદ કરી શક્યા નથી જે તેમના પ્રતિનિધિ હોત. ધર્મ વ્યક્તિના મન પર કેવી રીતે શાસન કરે છે તે અંગેનો જવાબ સત્યમાં રહેલો છે. સમગ્ર રોમન સમાજમાં તે એક સ્વીકૃત પ્રથા હતી કે જ્યાં સુધી કોઈ પુરોહિત અથવા ધાર્મિક નેતા તેને દેવી ડેલ્ફીની મંજૂરી ન આપે ત્યાં સુધી કોઈ પણ સરકારી અધિકારી તેની ઓફિસનું કામ શરૂ કરી શકતા ન હતા. દેવીના મંદિરના મુખ્ય પૂજારી ભદ્ર વર્ગના હતા. તેઓ બધા પેટ્રિસિયન હતા, આથી જ્યારે પણ સામાન્ય વર્ગમાંથી આવા પ્રતિનિધિ ચૂંટાયા ત્યારે ભદ્ર વર્ગ તરફથી ભારે વિરોધ થતો હતો. ભારતમાં પ્રચલિત શબ્દો પ્રમાણે તે સાંપ્રદાયિક હતું, પછી ભદ્ર વર્ગે નિઃસંકોચ જાહેર કર્યું કે તે દેવીને સ્વીકાર્ય નથી.

આમ, રોમના મૂળ પ્લેબિયન લોકોને છેતરપિંડી દ્વારા તેમના અધિકારોથી વંચિત કરવામાં આવ્યા હતા, પરંતુ નોંધનીય મુદ્દો એ છે કે પ્લેબિયન લોકોએ પણ પોતાને છેતરવાની મંજૂરી આપી હતી, એટલે કે, તેઓએ પોતાને છેતરવાની મંજૂરી આપી હતી કારણ કે તેઓ ઉચ્ચ વર્ગના આશ્રિત હતા. પેટ્રિસિયન વર્ગની જેમ, તેઓ પણ ભારપૂર્વક માનતા હતા કે કોઈપણ સરકારી અધિકારીએ તેમની ઓફિસ શરૂ કરતા પહેલા દેવી ડેલ્ફાની મંજૂરી મેળવવી જરૂરી છે, માત્ર લોકો દ્વારા ચૂંટાઈ આવવું પૂરતું નથી. જો સામાન્ય જનતાએ માંગ કરી હોત કે ચૂંટણીઓ

પર્યાપ્ત છે અને દેવીની મંજૂરી જરૂરી નથી, તો તેઓ તેમના હસ્તગત કરેલા રાજકીય અધિકારોનો સંપૂર્ણ લાભ લઈ શક્યા હોત. પરંતુ તેણે આ કર્યું ન હતું, તે અન્ય વ્યક્તિને પસંદ કરવા સંમત થયા હતા જે તેને ઓછા સ્વીકાર્ય હતા પરંતુ દેવી ડેલ્ફી માટે વધુ સ્વીકાર્ય અને ફાયદાકારક હતા, જેનો વાસ્તવમાં અર્થ એ થયો કે તે પેટ્રિશિયનો માટે વધુ આજ્ઞાકારી છે અને તેમની પસંદગીઓની વધુ કાળજી લે છે. ધર્મનો ત્યાગ કરવાને બદલે, સામાન્ય લોકોએ એ ભૌતિક લાભો પણ છોડી દીધા, જેના માટે તેઓએ આટલો સખત સંઘર્ષ કર્યો હતો. શું આ સાબિત નથી કરતું કે જો ધર્મ પૈસા કરતાં વધુ શક્તિશાળી નથી, તો તે કમસેકમ તેટલો તો શક્તિશાળી છે જ. સમાજવાદીઓ એમ માનવાની ભૂલ કરે છે કારણ કે યુરોપીય સમાજના વર્તમાન યુગમાં આર્થિક શક્તિ, એટલે કે સંપત્તિ, શક્તિનો મુખ્ય સ્રોત અથવા સાધન છે. તેથી, આ ભારતના સંદર્ભમાં સાચું છે અને ભૂતકાળમાં, યુરોપ માટે પણ આ જ સાચું હતું. ધર્મ, સામાજિક દરજ્જો અને મિલકત એ તમામ શક્તિ અને સત્તાના માધ્યમો છે જે કોઈપણ વ્યક્તિ પાસે અન્યની સ્વતંત્રતાને નિયંત્રિત કરવા માટે હોય છે. આમાંથી એક એક સમયે અસરકારક હોય છે અને બીજી અન્ય સમયે. સત્ય એ છે કે જો સ્વતંત્રતા એ આદર્શ છે અને સ્વતંત્રતાનો અર્થ એ છે કે એક બીજા પરના વર્ચસ્વનો નાશ કરવો, તો પછી એ વાત પર વધુ ભાર મૂકી શકાય નહીં કે આર્થિક સુધારણા એ અનુસરવા યોગ્ય સુધારો છે. જો કોઈપણ સમયે અથવા કોઈપણ સમાજમાં સત્તા અને સત્તાના માધ્યમો સામાજિક અને ધાર્મિક હોય, તો સામાજિક અને ધાર્મિક સુધારાને જરૂરી સુધારા તરીકે સ્વીકારવું જોઈએ.

આ રીતે, ભારતના સમાજવાદીઓ દ્વારા અપનાવવામાં આવેલા ઇતિહાસના આર્થિક અર્થઘટનના સિદ્ધાંતોની ખામીઓ શોધીને ટીકા કરી શકાય છે. પરંતુ હું માનું છું કે સમાજવાદી દાવો કરે છે કે મિલકતની સમાનતા અથવા સમાન વિતરણ એ જ વાસ્તવિક સુધારો છે અને તે અન્ય તમામ સુધારાઓ કરતાં આગળ હોવો જોઈએ. તેમ છતાં, હું સમાજવાદીઓને જે પૂછવા માંગુ છું તે એ છે કે, શું તમે પહેલા સામાજિક માળખામાં ફેરફારો અને સુધારા કર્યા વિના આર્થિક સુધારા લાવી શકો છો? એવું લાગે છે કે ભારતના સમાજવાદીઓએ ક્યારેય આ પ્રશ્ન પર ધ્યાન આપ્યું નથી. હું નથી ઈચ્છતો કે તેઓ અન્યાય કરે. એક અગ્રણી સમાજવાદીએ થોડા દિવસો પહેલા મારા એક મિત્રને લખેલા પત્રમાંથી એક અંશ ટાંકી રહ્યો છું. આ પત્રમાં તેણે લખ્યું છે-

“હું માનું છું કે જ્યાં સુધી એક વર્ગ બીજા વર્ગનું શોષણ, દમન કે ખરાબ વર્તન ચાલુ રાખશે ત્યાં સુધી આપણે ભારતમાં મુક્ત સમાજનું

નિર્માણ કરી શકતા નથી, હું સમાજવાદી આદર્શોમાં વિશ્વાસ રાખું છું, હું દૃઢપણે માનું છું કે સમાજના વિવિધ વર્ગો અને જૂથોના વ્યવહારમાં સમાનતા હોવી જોઈએ.

મને લાગે છે કે આ સમસ્યાનો માત્ર સમાજવાદ જ સાચો ઉકેલ છે. આ માન્યતાને પર્યાપ્ત સમજવી સમાજમાં નિહિત સમજદારીને ઓછી આંકવા બરાબર છે. જો સમાજવાદ એક વ્યવહારિક કાર્યક્રમ છે અને બીજા તે માત્ર એક આદર્શ નથી તો સમાજવાદીઓ માટે એ ગૌણ છે કે તેઓ સમાનતામાં માને છે કે નહીં. તો પ્રશ્ન એ થાય કે શું તેઓ એક વર્ગનું બીજા સાથે શોષણ કે દમન થાય તેને સામાજિક વ્યવસ્થાનું અંગ માને છે કે નહીં. હું એ કારણોને સ્પષ્ટ કરવા માગું છું જે મને મારી વાત કહેવામાં સમાજવાદ સાથે સંબંધ રાખે છે. એ સાચું છે કે સમાજવાદીઓ દ્વારા દર્શાવેલ આર્થિક સુધારા ત્યાં સુધી સંભવ નથી જ્યાં સુધી ક્રાંતિ દ્વારા સત્તા પર કબજો કરવામાં ન આવે. આ સત્તા આંચકી ગરીબ શ્રમજીવીઓ દ્વારા હાથ ધરવામાં આવવી જોઈએ."

હું પહેલો પ્રશ્ન પૂછું છું કે ભારતના ગરીબ, શ્રમજીવી શ્રમજીવીઓ એક થશે જેથી આ ક્રાંતિ થઈ શકે. એવું શું કારણ હોઈ શકે જે લોકોને આ માટે પ્રેરિત કરે? મને એવું લાગે છે કે બીજી બધી વસ્તુઓ સમાન હોવા છતાં, ફક્ત એક જ વસ્તુ છે જે વ્યક્તિને ક્રાંતિ માટે પ્રેરણા આપી શકે છે અને તે એ અનુભૂતિ છે કે અન્ય લોકો જે આ કાર્યમાં તેના સાથી છે તેઓ સમાનતા અને બંધુત્વની લાગણી ધરાવે અને સૌથી વધુ ન્યાય મેળવે. લોકો સંપત્તિની સમાનતા માટે કોઈપણ ક્રાંતિમાં જોડાશે નહીં જ્યાં સુધી તેઓ માનશે કે ક્રાંતિ સફળ થયા પછી તેમની સાથે સમાન વર્તન કરવામાં આવશે અને કોઈની સાથે જાતિ અથવા સંપ્રદાયના આધારે ભેદભાવ કરવામાં આવશે નહીં. હું આશા રાખું છું કે ક્રાંતિનું નેતૃત્વ કરી રહેલા સમાજવાદી માટે એ ખાતરી આપવા માટે પૂરતું નથી કે તે જાતિવાદમાં માનતો નથી. આ ખાતરી એવી હોવી જોઈએ કે તેનો પાયો ઊંડો બનવો જોઈએ. ખાસ કરીને દેશના તમામ લોકોમાં માનસિક સ્તરે સમાનતા અને ભાઈચારાની ભાવના હોવી જોઈએ. શું એમ કહી શકાય કે ભારતના ગરીબો, એક શ્રમજીવી હોવા છતાં, અમીર અને ગરીબ સિવાયના કોઈ ભેદભાવને ઓળખતા નથી? શું એવું કહી શકાય કે ગરીબ લોકો જાતિ, જ્ઞાતિ, વંશ કે દરજ્જાના આધારે ભેદભાવમાં માનતા નથી? જો એ સાચું છે કે તેઓ આવા ભેદભાવમાં માને છે, તો પછી આવા ગરીબ શ્રમજીવી લોકો પાસેથી અમીરો સામેના સંઘર્ષમાં કોઈ મોરચે કઈ એકતાની અપેક્ષા રાખી શકાય? જ્યાં સુધી શ્રમજીવીઓ સંયુક્ત મોરચો ન બનાવી શકે ત્યાં સુધી ક્રાંતિ કેવી રીતે થઈ શકે?

માત્ર વિચારણા ખાતર, ચાલો માની લઈએ કે જો કોઈ ચમત્કારથી ક્રાંતિ થાય અને સમાજવાદીઓ સત્તામાં આવે, તો શું તેમને ભારતમાં એવી સમસ્યાઓનો સામનો કરવો પડશે જે વિશેષ સામાજિક વ્યવસ્થાને કારણે ભારતમાં પહેલેથી જ છે? મને નથી લાગતું કે ભારતમાં સમાજવાદી સરકાર જાતિવાદ, ઊંચનીચ અને અન્ય રૂઢ અને સંકુચિત માનસિકતા દ્વારા સર્જાયેલી સમસ્યાઓને દૂર કર્યા વિના એક ક્ષણ માટે પણ ચાલી શકે. જો સમાજવાદીઓ કેટલાક આકર્ષક સૂત્રોચ્ચાર કરીને કે કાર્યક્રમો આપીને સંતુષ્ટ થવા માંગતા ન હોય અને જો તેઓ સમાજવાદને નક્કર અને વાસ્તવિક બનાવવા માંગતા હોય તો તેમણે સ્વીકારવું પડશે કે સમાજ સુધારણા એ જ વાસ્તવિક સુધારો છે અને આ જ સમાજની મૂળભૂત જરૂરિયાત છે અને તે પણ કે તેમના માટે આ સમસ્યાઓમાંથી બચવાનો કોઈ રસ્તો નથી. સમાજવાદીઓએ ભારતમાં પૂર્વ-અસ્તિત્વમાં રહેલી સામાજિક વ્યવસ્થા દ્વારા સર્જાયેલી વિકૃતિઓનો સામનો કરવો પડશે અને જ્યાં સુધી તેઓ આમ નહીં કરે ત્યાં સુધી તેઓ તેમના લક્ષ્યને પ્રાપ્ત કરવામાં સફળ થઈ શકશે નહીં. જો સદભાગ્યે તેઓ તેમના લક્ષ્યને પ્રાપ્ત કરે છે, તો પણ તેઓએ તેમના ઉદ્દેશ્યોને પ્રાપ્ત કરવા માટે આ સમસ્યાઓમાંથી છૂટકારો મેળવવો પડશે.

હું દ્રઢપણે માનું છું કે જો તેઓ ક્રાંતિ પહેલાં ધ્યાન નહીં આપે તો ક્રાંતિ પછી તેઓને જાતિ પર ધ્યાન આપવાની ફરજ પડશે. બીજું, આપણે કહી શકીએ કે તમે ગમે તે દિશામાં જુઓ, ગમે તે દિશામાં જાઓ, જાતપાત એક એવો રાક્ષસ છે કે તે હંમેશા તેના માર્ગમાં ઉભો જોવા મળશે. જ્યાં સુધી તમે આ રાક્ષસને મારશો નહીં ત્યાં સુધી તમે કોઈ રાજકીય કે આર્થિક સુધારા લાવી શકશો નહીં.

■

4.

શ્રમ અને જાતિ વ્યવસ્થાનું વિભાજન

આ એક વિડંબણા છે કે આ આધુનિક યુગમાં પણ જાતિવાદની તરફેણમાં દલીલો રજૂ કરનારા લોકોની કમી નથી. તેના સમર્થકો તેને ઘણા આધારો પર સમર્થન આપે છે. તેઓ કહે છે કે જાતિ પ્રથા એ શ્રમના વિભાજનનું બીજું નામ છે. એવી દલીલ પણ કરવામાં આવે છે કે દરેક સંસ્કારી સમાજ માટે શ્રમનું વિભાજન જરૂરી છે, તેથી જાતિ વ્યવસ્થામાં કંઈ ખોટું નથી. આ દૃષ્ટિકોણનો સખત વિરોધ કરવા માટેની પ્રથમ બાબત એ છે કે જાતિ વ્યવસ્થા એ માત્ર મજૂરનું વિભાજન નથી પણ મજૂરોનું વિભાજન છે. એ સાચું છે કે આધુનિક સંસ્કારી સમાજમાં શ્રમના વિભાજનની જરૂર છે, પરંતુ કોઈપણ સંસ્કારી સમાજમાં શ્રમના વિભાજનની સાથે સાથે વિવિધ વર્ગોમાં મજૂરોનું અકુદરતી વિભાજન નથી. ભારતની જાતિ પ્રણાલીમાં માત્ર મજૂરોના વિભાજનનો સમાવેશ થતો નથી જે શ્રમના વિભાજનથી સંપૂર્ણપણે અલગ છે, પરંતુ આ વિભાજન વિવિધ વર્ગોમાં એકબીજાની સરખામણીમાં શ્રેષ્ઠતા અને લઘુતાની લાગણી પણ પેદા કરે છે, જે વિશ્વના અન્ય કોઈ સમાજમાં જોવા મળતું નથી. અન્ય કોઈ દેશમાં મહેનતુ લોકોમાં આવો ક્રમ કે વિભાજન નથી.

જો જાતિ વ્યવસ્થાને શ્રમના વિભાજન તરીકે ગણવામાં આવે છે, તો તે સ્વયંસ્કુરિત અથવા સ્વૈચ્છિક વિભાજન નથી કારણ કે તે વ્યક્તિના હિત પર આધારિત નથી, કે તે કુદરતી ઝોક અને ક્ષમતા પર આધારિત નથી. કોઈપણ સમાજમાં સામાજિક અને વ્યક્તિગત કાર્યક્ષમતા માટે જરૂરી છે કે કોઈપણ વ્યક્તિની ક્ષમતા અને સમાનતા એટલી હદે વિકસિત કરવામાં આવે કે તેને પોતાનો વ્યવસાય પસંદ કરવા અને તેને રોજગાર તરીકે લેવા માટે સક્ષમ બનાવવામાં આવે. જાતિ વ્યવસ્થામાં આ નિયમ તોડવામાં આવ્યો છે કારણ કે આ વ્યવસ્થામાં દરેક વ્યક્તિનો વ્યવસાય જન્મ પહેલા જ નક્કી થઈ જાય છે. આમાં, વ્યવસાયો તાલીમ અથવા

પર્યાવરણ દ્વારા પ્રાપ્ત કુદરતી ક્ષમતાઓ અને કુશળતાના આધારે નહીં પરંતુ માતાપિતાની સામાજિક સ્થિતિના આધારે નક્કી કરવામાં આવે છે.

જાતિ પ્રથા માત્ર જન્મ પહેલાં જ વ્યક્તિનો વ્યવસાય ખોટી રીતે નક્કી કરતી નથી પણ વ્યક્તિને જીવનભર તે જ વ્યવસાયમાં બાંધી દે છે અને વ્યક્તિ ઈચ્છે તો પણ તેનો વ્યવસાય બદલવાની સ્વતંત્રતા ધરાવતી નથી. આવી સ્વતંત્રતા માટે સ્વયંની મદદ કરી સંજોગો સાથે અનુકૂળ થવું અને રોજગાર મેળવવો અશક્ય બનશે. જાતિ પ્રણાલી હિંદુઓને એવા વ્યવસાયો લેવાની મંજૂરી આપતી નથી જે તેમને વારસામાં મળી ન હોય પરંતુ જે તેઓ બદલાયેલા સંજોગોમાં કરવા ઈચ્છતા હોય. કોઈ હિંદુ તેની જાતિ માટે નિર્ધારિત વ્યવસાય સિવાય અન્ય કોઈ વ્યવસાય ન કરી શકે, ભલે તે પૈસાના અભાવે ભૂખે મરી જાય. જ્ઞાતિ આધારિત વ્યવસાયો સિવાયના વ્યવસાયોને પરવાનગી ન મળવાને કારણે દેશમાં બેરોજગારીની સમસ્યા ઉગ્ર બને છે.

શ્રમના વિભાજનના સ્વરૂપમાં જાતિ વ્યવસ્થા પણ એક ગંભીર ખામી છે. જાતિ પ્રણાલી દ્વારા બનાવવામાં આવેલ શ્રમનું વિભાજન એ વ્યક્તિની ઇચ્છા પર આધારિત વિભાજન નથી. વ્યક્તિની લાગણીઓ અને રુચિઓને આમાં કોઈ સ્થાન નથી. 'બધું જ નક્કી છે'નો સિદ્ધાંત (પૂર્વનિર્ધારણનો અંધકાર) તેનો આધાર છે. આ આધારે, આપણે સ્વીકારવું પડશે કે આજના ઉદ્યોગોમાં ગરીબી અને દમન એ એટલી મોટી સમસ્યા નથી જેટલી એ હકીકત છે કે ઘણા લોકો જાતિ પ્રણાલી દ્વારા તેમને સોંપવામાં આવેલ કામ માત્ર મજબૂરીમાં જ નિરાશા સાથે કરે છે. તેઓને તે વ્યવસાયો પ્રત્યે કોઈ ખરાબ ઈચ્છા નથી. આવા વ્યવસાય કર્મચારીઓમાં સતત આળસ, કંટાળો અને અણગમાની લાગણી પેદા કરે છે. ભારતમાં એવા ઘણા વ્યવસાયો અથવા ઉદ્યોગો છે જેને હિંદુ ધર્મ ધૃણાસ્પદ અથવા અપમાનજનક માને છે.

તેથી, જે લોકો આવા વ્યવસાયોમાં કામ કરે છે તેઓ હંમેશા તેમનાથી છૂટકારો મેળવવા માટે તૈયાર હોય છે અને આવા ધિક્કારપાત્ર વ્યવસાયોથી દૂર ભાગવા માંગે છે. આવી સ્થિતિમાં જ્યાં કામદારોને ન તો લાભ છે કે ન તો મન છે, આવા વાતાવરણમાં કાર્યક્ષમતા અને યોગ્યતા કેવી રીતે પ્રાપ્ત કરી શકાય? તેથી, આર્થિક વ્યવસ્થા તરીકે જાતિ પ્રથા એ ખૂબ જ નુકસાનકારક પ્રથા છે. કારણ કે તે વ્યક્તિની સ્વાભાવિક રુચિઓ અને ઈચ્છાઓને દબાવી દે છે અને તેને સામાજિક નિયમોમાં બાંધીને નિષ્ક્રિય બનાવે છે.

■

5.

વંશ અને રક્તમાં સુધારો અને જાતિ પ્રથા

જાતિ પ્રથાની તરફેણમાં કેટલાક લોકોએ તેને જીવવિજ્ઞાનનું સ્વરૂપ આપીને યોગ્ય સાબિત કરવાનો પ્રયાસ કર્યો છે. તેમનું કહેવું છે કે જાતિ વ્યવસ્થા દ્વારા વંશ અને લોહીની શુદ્ધતા સુનિશ્ચિત કરવામાં આવે છે. આ અંગે નૃવંશશાસ્ત્રી વૈજ્ઞાનિકોનો અભિપ્રાય છે કે શુદ્ધ રક્ત અથવા શુદ્ધ જાતિના લોકો હવે વિશ્વમાં અને તમામ ભાગોમાં ક્યાંય અસ્તિત્વમાં નથી. બધી જ્ઞાતિઓ ભળેલી છે. ભારતના લોકોના સંબંધમાં આ ખાસ ખરેખર સાચું છે. મા. ડી.આર. ભંડારકરે તેમના લેખ ‹હિન્દુ વસ્તીમાં વિદેશી તત્વો›માં લખ્યું છે, «ભારતમાં ભાગ્યે જ કોઈ જાતિ અથવા વર્ગ હશે જેમાં કોઈ વિદેશી મિશ્રણ નથી. વિદેશી લોહીની આ ભેળસેળ જ છે. તે માત્ર રાજપૂત અને મરાઠા જેવી લડાયક જાતિઓમાં જ નહીં પણ બ્રાહ્મણોમાં પણ હાજર છે. જ્યારે બ્રાહ્મણો સુખી ભ્રમણામાં મગ્ન છે કે તેમની જાતિ શ્રેષ્ઠ છે, તેમાં વિદેશી રક્તનું મિશ્રણ નથી.

જ્ઞાતિપ્રથા વિશે એવું કહી શકાય નહીં કે જાતિના મિશ્રણને રોકવા અને રક્તની શુદ્ધતા જાળવવા માટે જાતિ વ્યવસ્થા વિકસાવવામાં આવી હતી. ઐતિહાસિક સત્ય એ છે કે જાતિઓની ઉત્પત્તિ ખૂબ પાછળથી શરૂ થઈ જ્યારે ભારતની વિવિધ જાતિઓ લોહી અને સંસ્કૃતિને કારણે અલગ પડી ગઈ હતી, એટલે કે અહીંના લોકોમાં લોહી અને સંસ્કૃતિના વિદેશી તત્વો પહેલેથી જ ભળી ગયા હતા. તેથી, જાતિના તફાવતને વંશના તફાવત તરીકે ધ્યાનમાં લેવો અને દાવો કરવો કે ભારતની વિવિધ જાતિઓ વિવિધ વંશની જાતિઓ છે તે સાચો નહીં પણ ભ્રામક દાવો છે.

શું પંજાબના બ્રાહ્મણો અને મદ્રાસના બ્રાહ્મણો વચ્ચે કોઈ જાતિ સંબંધ છે? એ જ રીતે, શું બંગાળ અને મદ્રાસના અસ્પૃશ્યો વચ્ચે કોઈ ગાઢ વંશીય સંબંધ હોઈ શકે? વંશના દૃષ્ટિકોણથી, પંજાબના બ્રાહ્મણો ત્યાંના ચમાર જેવી જ જાતિના છે. શું મદ્રાસના બ્રાહ્મણો અને ચમારોમાં કોઈ તફાવત છે? એ જ રીતે, મદ્રાસના બ્રાહ્મણો અને પેરિયા અસ્પૃશ્યોનો વંશ સમાન છે. જાતિ વ્યવસ્થા વંશીય વિભાજનની મર્યાદાઓ નક્કી કરતી નથી. જાતિ વ્યવસ્થા એ સમાન વંશના લોકોનું સામાજિક વિભાજન છે. તેમ છતાં, વંશીય ભેદભાવના મુદ્દાને સ્વીકારીને, કોઈ પ્રશ્ન કરી શકે છે કે શું ભારતમાં વિવિધ જાતિઓ વચ્ચેના આંતરવિવાહના સંબંધથી વંશ અને રક્તની મિલાવટની આજ્ઞા આપી દેવાય તો તેમાં શું ખોટું છે? મનુષ્ય અને પ્રાણીઓમાં એટલો બધો તફાવત છે કે વિજ્ઞાન મનુષ્ય અને પ્રાણીઓને બે અલગ-અલગ પ્રજાતિ તરીકે સ્વીકારે છે, પરંતુ વંશની શુદ્ધતામાં માનતા વૈજ્ઞાનિકો પણ એવો દાવો કરતા નથી કે વિવિધ જાતિઓ કે વંશના લોકો અલગ-અલગ જાતિના હોય છે. તેઓ માત્ર એક જ પ્રજાતિના વિવિધ સ્વરૂપો છે. આવી પરિસ્થિતિમાં, તેઓ અન્ય પ્રજાતિઓ સાથે આંતરપ્રજનન કરી શકે છે અને એવા બાળકો પેદા કરી શકે છે જે બાળકો પેદા કરવામાં સક્ષમ હોય અને જંતુરહિત ન હોય.

જાતિ પ્રણાલીની તરફેણમાં, વંશ અને માનવ ઉત્ક્રાંતિ (યુજેનિક્સ) વિશે ઘણી પ્રકારની બકવાસ કહેવામાં આવે છે. બહુ ઓછા લોકો એવા હશે કે જેઓ જાતિ વ્યવસ્થાની ટીકા કરશે, ભલે તે માનવ વિકાસના મૂળ સિદ્ધાંત મુજબ હોય, કારણ કે થોડા લોકો યોગ્ય માધ્યમથી વંશના સુધારણાનો વિરોધ કરશે. પરંતુ જાતિ પ્રથાને કેવી રીતે ન્યાયી ગણી શકાય તે સમજવું કોઈપણ માટે ખૂબ મુશ્કેલ છે. જાતિ વ્યવસ્થા એ એક ખરાબ અને નકારાત્મક વિચારસરણીનો પ્રકાર છે જે વિવિધ જાતિના લોકોને એકબીજા સાથે લગ્ન કરતા અટકાવે છે, જે લગ્ન માટે પસંદગીનો સકારાત્મક માર્ગ નથી. તે નક્કી કરે છે કે કોઈ ચોક્કસ જાતિના બે લોકોએ લગ્ન કરવા જોઈએ. જો જાતિ વ્યવસ્થા માનવ વિકાસના વિજ્ઞાન પર આધારિત હોય તો પેટાજાતિનો આધાર પણ માનવ વિકાસના ક્રમમાં હોવો જોઈએ. પરંતુ શું કોઈ ગંભીરતાથી દાવો કરી શકે છે કે પેટાજાતિઓની ઉત્પત્તિ પણ માનવ ઉત્ક્રાંતિના વિજ્ઞાનને કારણે છે? મને લાગે છે કે આવી માન્યતાની તરફેણમાં દલીલ કરવી નિરર્થક છે અને તેનું કારણ એકદમ સ્પષ્ટ છે. જો જાતિનો અર્થ વંશ અથવા જાતિ હોય તો પેટા-જાતિમાં જોવા મળતા તફાવતોને વંશના તફાવત તરીકે ગણી શકાય નહીં કારણ કે પેટા જાતિઓ એ જ જાતિની કાલ્પનિક શાખાઓ છે. આના પરથી સ્પષ્ટ થાય છે કે પેટાજાતિઓ વચ્ચે

આંતરવિવાહ, ખોરાકની આદતો પર પ્રતિબંધ, અને વંશ અને રક્તની શુદ્ધતા જાળવવા એ આંતર-જ્ઞાતિના હેતુ માટે કરી શકાતા નથી પરંતુ પેટા જાતિઓ મૂળભૂત રીતે માનવ વિકાસ સાથે સંબંધિત નથી. તેથી આમાં કોઈ સત્ય હોઈ શકે નહીં.

જો જ્ઞાતિની ઉત્પત્તિ એ વર્ણ કે વંશ સુધારણાનું વિજ્ઞાન હોત તો આંતર-વિવાહ પર પ્રતિબંધ સમજી શકાય તેમ હોત, પણ જ્ઞાતિ-પેટા-જ્ઞાતિઓ વચ્ચે ખાણી-પીણી પર પ્રતિબંધ મૂકવાનો હેતુ શું છે? પરસ્પર ખાવા-પીવાથી લોહી પર કોઈ અસર થતી નથી અને તેનો જાતિના સુધારણા કે બગાડ સાથે કોઈ સંબંધ હોઈ શકે નહીં. આનાથી સાબિત થાય છે કે જ્ઞાતિવાદનો કોઈ વૈજ્ઞાનિક આધાર નથી અને જે લોકો તેને માનવ વિકાસ પર સાચા સાબિત કરવાનો પ્રયાસ કરી રહ્યા છે તેઓ એવા આધારનો સહારો લઈ રહ્યા છે જે સંપૂર્ણપણે અવૈજ્ઞાનિક છે. આજના સમયમાં પણ જ્યાં સુધી આનુવંશિકતા વિશે સાચી અને આનુવંશિક વૈજ્ઞાનિક માહિતી ન હોય ત્યાં સુધી સુંદર બાળક થવાની કોઈ વ્યવહારિક શક્યતા નથી. પ્રો. બેટસન મેન્ડેલે તેમના પુસ્તક ‹મેન્ડેલના પ્રિન્સિપલ્સ ઑફ હેરિડિટી›માં કહ્યું છે કે જો બાળકમાં સારા ગુણો આવે છે, તો તેના આધારે, એવું કહી શકાય નહીં કે તે કોઈ ચોક્કસ પરંપરાના ગુણોને કારણે જ આવ્યા છે. એવી શક્યતા પણ હોઈ શકે છે કે બાળકમાં જે વધુ સારા કે વધુ શારીરિક ગુણો આવ્યા છે તે કોઈ ચોક્કસ આનુવંશિક તત્વને બદલે વિવિધ કારણોના સંયોજનનું પરિણામ છે. જાતિ પ્રથાનો સિદ્ધાંત માનવ ઉત્ક્રાંતિ સાથે સંબંધિત છે તેવી દલીલ કરવી એ વર્તમાન હિંદુઓના પૂર્વજો વિશે એવી વંશાવળી માહિતી પ્રદાન કરવા જેવું છે કે જેની જાણકારી આધુનિક વૈજ્ઞાનિકોને પણ નથી. વૃક્ષ વિશે સાચો નિર્ણય અથવા મૂલ્યાંકન તેના ફળો પરથી થવો જોઈએ. જો જાતિ માનવ વિકાસ પર આધારિત છે તો પછી કેવા પ્રકારના લોકો બનાવ્યા હશે? શારીરિક રીતે હિન્દુઓ ‹C› શ્રેણીના લોકો છે. તેમના વંશના લોકો કદમાં નાના હોય છે અને વામન (પિગ્મી અને ડ્વાર્ફ) ની જાતિ હોય છે જે કદમાં નાના તેમજ શક્તિમાં નબળા હોય છે. આ એક એવી પ્રજાતિ છે જેનો 9/10મા ભાગની વસ્તી લશ્કરી સેવા માટે અયોગ્ય જાહેર કરવામાં આવી છે. આ એક એવી સામાજિક વ્યવસ્થા છે જેમાં હિંદુઓના અમુક વર્ગનો સ્વાર્થ અને ઘમંડ પોષાય છે, જેનો સામાજિક પ્રભાવ એટલો ઊંચો છે કે તેઓએ આ જાતિ વ્યવસ્થા જાળવી રાખી છે અને આ વ્યવસ્થાને નીચલા વર્ગ પર પણ બળપૂર્વક થોપવામાં આવી છે.

તેમાંથી તે સ્પષ્ટ છે કે જાતિ વ્યવસ્થા માનવ વિકાસના આધુનિક વિજ્ઞાન (યુજેનિક્સ) પર આધારિત છે. આ સમાજવ્યવસ્થા એ સમાજના

એવા લોકો (વિકૃત) નું યોગદાન છે જેઓ પોતાના કપટ, સત્તા અને ચતુરાઈ દ્વારા અને ચાલાકી દ્વારા સમાજના અન્ય વર્ગો પર પોતાનું વર્ચસ્વ અને સર્વોપરિતા સ્થાપિત કરવામાં સફળ રહ્યા હતા, તેમના અહંકાર અને વર્ચસ્વને પૂર્ણ કરવા માટે, તેને કાયમી રૂપે જાળવી રાખવા માટે, તેઓએ જાતિ વ્યવસ્થાને જન્મ આપ્યો.

જાતિ આર્થિક વિકાસ (આર્થિક કાર્યક્ષમતા) તરફ દોરી જતી નથી. જ્ઞાતિ વંશ સુધારતી પણ નથી. હા, જાતિએ એક કામ ચોક્કસપણે કર્યું છે કે તેણે હિંદુ સમાજને સંપૂર્ણપણે અવ્યવસ્થિત કરી દીધો છે. અને તેઓને હતાશાની સ્થિતિમાં ધકેલી દીધા છે.

■

6.

શું હિન્દુ એ (સમાજ) છે?

સૌ પ્રથમ આપણે સ્વીકારવું પડશે કે હિંદુ સમાજ એક દંતકથા છે. ‹હિન્દુ› શબ્દ પોતે જ એક વિદેશી નામ છે. આ નામ મુસ્લિમોએ આ સ્થાનના રહેવાસીઓને પોતાની ઓળખ આપવા માટે આપ્યું હતું. મુસ્લિમ આક્રમણકારોના આગમન પહેલા કોઈ પણ સંસ્કૃત લખાણમાં હિન્દુ શબ્દ જોવા મળતો નથી. આનું એકમાત્ર કારણ એ હતું કે તે સમયના લોકોને આ નામની જરૂર નહોતી કારણ કે તે સમયે તેઓને સમાન અધિકારો ધરાવતા સમાજનો એક ભાગ હોવાની લાગણી નહોતી. હિંદુઓના આ પ્રકારના સમુદાયને સંગઠિત સમાજ ગણી શકાય નહીં. વાસ્તવમાં, તે માત્ર જાતિઓનો સંગ્રહ છે. આમાં, દરેક જાતિ ફક્ત તેના પોતાના અસ્તિત્વ પ્રત્યે સચેત અને સક્રિય રહે છે અને તેના અસ્તિત્વનું રક્ષણ કરવું તેનું એકમાત્ર અને અંતિમ લક્ષ્ય રહે છે.

સમુદાયમાં રહેવા છતાં હિન્દુઓમાં એકતાની ભાવના નથી. એટલે કે હિંદુ સમાજને જ્ઞાતિઓનો સંઘ પણ માનવામાં આવતો નથી. કોઈપણ જ્ઞાતિને એ વાતનો અહેસાસ નથી થતો કે તેને અન્ય જ્ઞાતિઓ સાથે કોઈ સંબંધ છે. હિંદુ-મુસ્લિમ રમખાણો વખતે જ બધી જાતિઓ એક થઈ જાય છે. બાકીના સમયમાં દરેક જ્ઞાતિ પોતાની જાતને અન્ય જ્ઞાતિઓથી અલગ રાખવા અને પોતાની ઓળખ જાળવી રાખવાનો પૂરો પ્રયાસ કરે છે. આ જાતિઓ માત્ર તેમની પોતાની જ્ઞાતિઓમાં જ તેમની પોતાની ખાણીપીણીની આદતો અને લગ્નની આદતો જાળવે છે, પરંતુ ઘણી જાતિઓએ તેમના પોતાના વિશિષ્ટ પોશાક અને જીવનશૈલી પણ નક્કી કર્યા છે જેથી તેઓ અન્ય કરતા અલગ દેખાય. ભારતમાં, અસંખ્ય પ્રકારના પોશાક વિદેશી પ્રવાસીઓનું મનોરંજન કરતા જોવા મળે છે.

તેનું કારણ એ છે કે અહીં અનેક જાતિઓ છે. સત્ય એ છે કે એક આદર્શ હિંદુ તે છે જે ખાડામાં રહેતા ઉંદર જેવો છે અને અન્ય લોકોના સંપર્કમાં આવીને શાંતિ કરવા માંગતો નથી. હિંદુઓમાં સામૂહિક ચેતના (કૃપાની સભાનતા)નો તીવ્ર અભાવ છે. દરેક હિન્દુમાં જે ચેતના છે તે તેની જાતિની ચેતના છે, સામૂહિક ચેતના નથી. આ જ કારણ છે કે હિંદુઓને સમાજ કે રાષ્ટ્ર ન કહી શકાય. તેમ છતાં એવા ઘણા ભારતીયો છે જેમની દેશભક્તિ તેમને એ સ્વીકારવા દેતી નથી કે ભારત એક રાષ્ટ્ર નથી પરંતુ વિવિધ સમુદાયોના અસંગઠિત લોકોનો સમૂહ છે. તેઓ ભારપૂર્વક જણાવે છે કે દેખીતી વિવિધતા પાછળ એક મૂળભૂત એકતા છે જે હિન્દુઓના જીવનને પ્રભાવિત કરે છે. આ એકતા સમગ્ર ભારતમાં હિંદુઓની આદતો, રિવાજો, પરંપરાઓ, આસ્થા, માન્યતાઓ અને વિચારોની સમાનતામાં પ્રચલિત છે. પરંતુ આ કારણે હિંદુઓ એક સમાજની રચના કરે છે તે તારણ કાઢી શકાય નહીં. આવી વિચારસરણી સમાજની રચનામાં જરૂરી ઘટકોને સમજવાની ભૂલથી પરિણમશે. ભૌતિક નિકટતાથી નજીક રહેતા લોકો એવી રીતે સમાજ બનાવતા નથી જેમ કે સમાજનો સભ્ય અન્ય લોકોથી દૂર રહેતો હોય તો પણ સમાજનું સભ્યપદ ગુમાવતો નથી. તેવી જ રીતે, સમાન ટેવો, પરંપરાઓ, માન્યતાઓ અને વિચારો લોકોને સમાજમાં સંગઠિત કરવા માટે પૂરતા નથી.

માલસામાન માત્ર ઇંટોની જેમ એક વ્યક્તિથી બીજામાં ભૌતિક રીતે પસાર કરી શકાય છે. એ જ રીતે, એક સમુદાયની આદતો અને પરંપરાઓ, માન્યતાઓ અને વિચારોને અન્ય સમુદાયો અપનાવી શકે છે અને આ રીતે બંને વચ્ચે સમાનતાની લાગણી થઈ શકે છે. વિખરાયેલી સંસ્કૃતિ અને સભ્યતાના વિસ્તરણ તરફ દોરી જાય છે અને આ જ કારણ છે કે વિવિધ આદિવાસી જાતિઓ વચ્ચે પરંપરાઓ, આદતો, માન્યતાઓ અને વિચારોમાં ઘણી સમાનતા છે, ભલે તેઓ એકબીજાની નજીક ન રહેતા હોય. પરંતુ આ સામ્યતા હોવા છતાં, આ આદિવાસી જાતિઓને એક સમાજ કહી શકાય નહીં. આનું કારણ એ છે કે સમાજની રચના માટે માત્ર સમાનતાઓ પૂરતી નથી. સમાજની રચના ત્યારે થાય છે જ્યારે લોકો ભેગા થાય છે કારણ કે તેમની પાસે અમુક વસ્તુઓ હોય છે જેના પર તેઓ બધાને સમાન અધિકાર હોય છે (સામાન્ય રીતે કબજો). કોઈ વસ્તુ પર સમાન અધિકાર મેળવવો એ કંઈક સામાન્ય (સામાન્ય હોવું) કરતાં અલગ છે, અને તે એકમાત્ર રસ્તો છે કે લોકો એકબીજા સાથે સમાન અધિકાર મેળવી શકે છે. આ માર્ગ એકબીજા સાથે જોડાયેલા રહેવાનો છે, દરેક વ્યક્તિએ એકબીજાના સંપર્કમાં રહેવું જોઈએ. આને બીજી રીતે પણ કહી શકાય કે પરસ્પર સંપર્ક અને સંવાદ

જાળવીને જ સમાજ પોતાનું અસ્તિત્વ જાળવી શકે છે. નક્કર વાત એ છે કે જો કેટલાક લોકોનું વર્તન અન્ય લોકોના વર્તન જેવું જ હોય તો તે સમાનતા હોવા છતાં, તે લોકોને એક સમાજમાં બાંધવા માટે સક્ષમ નથી. આ હકીકત દ્વારા સાબિત થાય છે કે ઇન્દોરની વિવિધ જ્ઞાતિઓ ઘણા તહેવારો ઉજવે છે પરંતુ જો સમાન તહેવારો વિવિધ જ્ઞાતિઓ દ્વારા સમાન રીતે ઉજવવામાં આવે છે, તો તે એક સમાજ તરીકે બંધાયેલા નથી આ માટે વ્યક્તિએ જૂથ પ્રવૃત્તિઓમાં ભાગ લેવો જોઈએ અને યોગદાન આપવું જોઈએ . આનાથી અન્ય લોકોને પણ પ્રોત્સાહન મળશે. વ્યક્તિએ જૂથના કાર્યમાં એવી રીતે સામેલ થવું જોઈએ કે તે જૂથની સફળતાને તેની સફળતા અને તેની નિષ્ફળતાને પોતાની નિષ્ફળતા માને. આ વાસ્તવિક વસ્તુ છે જે લોકોને એક સાથે બાંધે છે અને સમાજ બનાવે છે. જાતિ વ્યવસ્થા અને સાંપ્રદાયિક સમારંભો અથવા પ્રવૃત્તિઓને અટકાવીને, તેણે હિંદુઓને એકીકૃત જીવન સાથેનો સમાજ બનતા અને તેમના અસ્તિત્વની અનુભૂતિ કરતા અટકાવ્યા છે.

■

7.

જાતિઓનું રાષ્ટ્ર વિરોધી અને સામાજિક સ્વરૂપ

ઘણીવાર હિંદુઓ ફરિયાદ કરે છે કે અમુક લોકોના અમુક જૂથો અથવા ટોળાઓ એકલતા અથવા વિશિષ્ટતા જાળવી રાખે છે અને અસામાજિક લાગણીઓને ઉશ્કેરે છે. હિંદુઓ તેમના પર સામાજિક દુશ્મનાવટની લાગણીઓ પેદા કરવાનો આરોપ લગાવે છે પરંતુ તેઓ ભૂલી જાય છે કે સામાજિક દુશ્મનાવટની આ લાગણીઓ તેમની પોતાની જાતિ વ્યવસ્થાની સૌથી મોટી દુષ્ટતા છે. એક જાતિ બીજી જ્ઞાતિ સામે નફરતના ગીતો ગાવામાં આનંદ કરે છે, જેમ છેલ્લા યુદ્ધમાં જર્મનોએ અંગ્રેજો સામે નફરત ફેલાવવામાં આનંદ કર્યો હતો. હિંદુ સાહિત્ય જાતિઓ અને સંપ્રદાયોની આવી વંશાવળીઓથી ભરેલું છે. જેમાં એક જ્ઞાતિને ઉમદા અને બાકીની જાતિના અવગુણ સાબિત કરવાનો પ્રયાસ કરવામાં આવ્યો છે. ‹સહ્યાદ્રિખંડ› નામનું પુસ્તક જાતિ વ્યવસ્થા પરના સાહિત્યનું ઉદાહરણ છે. સામાજિક દુશ્મનાવટની આ લાગણીઓ માત્ર જ્ઞાતિ આધારિત મુદ્દાઓ સુધી જ મર્યાદિત નથી, પરંતુ હિંદુ પેટા-જાતિઓ વચ્ચેના સંબંધોમાં પણ ઊંડે ઉતરી ગઈ છે. મારા પોતાના રાજ્ય મહારાષ્ટ્રમાં ખુદ બ્રાહ્મણોની ઘણી પેટા શાખાઓ છે. જેમ કે ગોલક બ્રાહ્મણ, દેવરુખ બ્રાહ્મણ, કરડ બ્રાહ્મણ, પાલશે બ્રાહ્મણ અને ચિત્પાવન બ્રાહ્મણ. બધા પોતાને બ્રાહ્મણ જ્ઞાતિની પેટાજાતિ હોવાનો દાવો કરે છે પરંતુ તેમની વચ્ચે રહેલી અસામાજિક લાગણીઓ બ્રાહ્મણો અને બિનબ્રાહ્મણો વચ્ચેની લાગણીઓ જેટલી જ ચિહ્નિત અને વિકરાળ છે. પરંતુ આમાં નવાઈની વાત નથી, સામાજિક દ્વેષની આ લાગણી ત્યાં જોવા મળે છે જ્યાં કોઈ સમુદાયના

પોતાના વિશેષ ફાયદા હોય છે, જે તે સમુદાયને અન્ય સમુદાયો સાથેના પરસ્પર સંબંધથી દૂર રાખે છે કારણ કે તેમની પાસે જે કંઈ પણ હોય છે, તેઓ તેનું રક્ષણ કરી શકે.

અલગ-અલગ જાતિઓ વચ્ચેની આ પરાકાષ્ઠા અને ધિક્કારની લાગણી વિવિધ દેશોની જેમ જ સ્પષ્ટ છે. બ્રાહ્મણોની મુખ્ય ચિંતા બિન-બ્રાહ્મણોથી તેમના પોતાના હિતોનું રક્ષણ કરવાની છે અને બિન-બ્રાહ્મણો મૂળભૂત રીતે બ્રાહ્મણોથી તેમના હિતોનું રક્ષણ કરવાની ચિંતા કરે છે. આમ, હિંદુઓ માત્ર જ્ઞાતિઓનો સમૂહ નથી પરંતુ લડાયક જાતિઓનો સમૂહ છે, જેમાંથી દરેક પોતાના હિતોને અનુસરવામાં વ્યસ્ત છે.

જાતિ પ્રથાનું બીજું એક પાસું છે જે ખૂબ જ ખેદજનક છે. આજકાલના અંગ્રેજોના પૂર્વજો ‹વૉર ઑફ રોઝ› અને ‹ક્રોમવેલિયન વૉર›માં એકબીજા સાથે લડ્યા હતા, પરંતુ યુદ્ધમાં એકબીજા સામે લડનારા તેમના વંશજોમાં કોઈ દુશ્મનાવટ કે ખરાબ ઈચ્છા નહોતી. તેમના વંશજો આજે બીજી બાજુએ ભાગ લેનારાઓના વંશજો સામે કોઈ વેર રાખતા નથી. પૂર્વજોનો ઝઘડો ભુલાઈ ગયો છે પણ આજના બ્રાહ્મણોને બિનબ્રાહ્મણો માફ નથી કરી રહ્યા કારણ કે તેમના પૂર્વજોએ શિવાજીનું અપમાન કર્યું હતું. બ્રાહ્મણોના પૂર્વજોએ પોતાના પૂર્વજોનું જે અપમાન કર્યું તે આજના કાયસ્થો, આજના બ્રાહ્મણો માફ નહીં કરે. અંગ્રેજો અને ભારતીયો વચ્ચે આટલા તફાવતનું કારણ શું છે? સ્વાભાવિક રીતે જ આ માટે જાતિ વ્યવસ્થા જવાબદાર છે. જ્ઞાતિ અને ઊંચનીચની ચેતના પોતે જ વિવિધ જ્ઞાતિઓ વચ્ચેના જૂના સંઘર્ષની યાદોને જીવંત રાખે છે અને તેના કારણે ખભે ખભા મિલાવીને કામ કરવાની લાગણી ઊભી થતી નથી. જાતિ વ્યવસ્થાએ આપણી એકતાને અટકાવી છે.

■

8.

આદિવાસીઓના ઉત્થાનમાં અવરોધરૂપ જાતિ પ્રથા

તાજેતરમાં, કેટલાક વિસ્તારોને બાકાત રાખવા અને કેટલાકને આંશિક રીતે સમાવિષ્ટ કરવાના વિવાદે અજાણતાં જ આદિવાસી જાતિઓની સ્થિતિ તરફ લોકોનું ધ્યાન દોર્યું છે. આ આદિવાસી લોકોની સંખ્યા એક કરોડ ત્રીસ લાખ હશે, જો વધુ નહીં, તો પણ આજકાલ આ સંખ્યા વધીને ઘણી વધી ગઈ હશે. જો આપણે એ પ્રશ્નને બાજુએ રાખીએ કે બંધારણમાં તેમનો સમાવેશ કરવો યોગ્ય છે કે અયોગ્ય? છતાં એ વાત સાચી છે કે જે દેશમાં હજારો વર્ષોની સભ્યતા છે, ત્યાં આદિવાસીઓ તેમની આદિમ અસંસ્કારી સ્થિતિમાં જ રહ્યા. તેઓ માત્ર અસંસ્કૃત જ નથી પરંતુ તેમાંથી ઘણાએ એવા વ્યવસાયો પણ અપનાવ્યા છે જેના કારણે તેઓને ગુનાહિત શ્રેણીમાં મૂકવામાં આવ્યા છે. સંસ્કૃતિના કેન્દ્રમાં, 13 મિલિયન લોકો હજી પણ આદિમ સ્થિતિમાં જીવે છે અને પરંપરાગત ગુનાહિત જીવન જીવી રહ્યા છે (વારસાગત ગુનેગારો). પરંતુ હિંદુ સમાજે આ અંગે ક્યારેય શરમ અનુભવી નથી. આ એક એવી વિચિત્ર ઘટના છે કે મારી દૃષ્ટિએ બીજું કોઈ ઉદાહરણ નથી. આ શરમજનક પરિસ્થિતિનું કારણ શું છે? શા માટે આ આદિવાસીઓને સંસ્કારી જીવનમાં લાવવા અને જીવન જીવવાની વધુ આદરણીય રીતો અપનાવવાના કોઈ પ્રયાસો કરવામાં આવ્યા નથી? હિંદુઓ આ આદિવાસીઓની સ્થિતિને તેમની જન્મજાત મૂર્ખતા માટે જવાબદાર ઠેરવશે. હિંદુઓ સ્વીકારશે નહીં કે આદિવાસીઓ આદિમ (નિષ્ઠુર) રહ્યા કારણ કે તેમને સંસ્કારી બનાવવા, આરોગ્ય સેવાઓ પૂરી પાડવા, તેમને સુધારવા અને સંસ્કારી નાગરિક બનાવવાના

કોઈ પ્રયાસો કરવામાં આવ્યા ન હતા. ખ્રિસ્તી મિશનરીઓ જે કરી રહ્યા છે તે શું હિન્દુઓ આ આદિવાસીઓ માટે ન કરી શક્યા હોત? હું ‹ના› કહીશ. આદિવાસીઓને સંસ્કારી બનાવવાનો અર્થ છે તેમને અપનાવવા, તેમની વચ્ચે રહેવું, ભાઈચારાની લાગણી પેદા કરવી. ટૂંકમાં, તેમને પ્રેમ કરવો. પરંતુ એક હિંદુ માટે આ બધું કેવી રીતે શક્ય બનશે? તેમનું આખું જીવન તેમની જ્ઞાતિને બચાવવામાં વીત્યું છે. જ્ઞાતિ તેમની અમૂલ્ય સંપત્તિ છે જેનું તેઓ કોઈપણ ભોગે રક્ષણ કરશે. તે આદિવાસીઓ સાથેના સંબંધો જાળવવાની ચાવી ગુમાવી શકે તેમ નથી, જેઓ વૈદિક કાળથી દ્વેષપૂર્ણ અનાર્યોથી બચી ગયેલા ગણાય છે. એવું નથી કે કોઈ હિન્દુને પીડિત માનવતાના ઉત્થાન પ્રત્યેની તેની ફરજની અનુભૂતિ કરવાનું શીખવી ન શકાય. દુ:ખની વાત એ છે કે તેને તેની ફરજ પ્રત્યે ગમે તેટલા સજાગ કરવામાં આવે તો પણ તે પોતાની જાતિની સલામતી જાળવવાની ફરજને નિયંત્રિત કરવા સક્ષમ બની શકતો નથી. તેના માટે તેની જ્ઞાતિ જ સર્વસ્વ છે. તેથી, જાતિ એ જ કારણ છે કે જેના કારણે આદિવાસીઓ હિંદુ સંસ્કૃતિની વચ્ચે આ આદિમ અસંસ્કારી (નિષ્ઠુર) સ્થિતિમાં જીવી રહ્યા છે અને હિંદુઓને તેના માટે શરમ કે પસ્તાવો નથી. હિંદુઓને એ સત્ય પણ ખબર ન હતી કે આ આદિવાસીઓ તેમના માટે સંભવિત જોખમ પણ બની શકે છે. જો આ આદિવાસીઓ જંગલી રહેશે તો તેઓ હિંદુઓને કોઈ ખતરો કે નુકસાન પહોંચાડશે નહીં, પરંતુ જો બિન-હિંદુઓ તેમને સુધારશે અને તેમને તેમના ધર્મ અથવા સંપ્રદાયમાં સામેલ કરશે, તો તેઓ હિન્દુઓના દુશ્મનોની સંખ્યા અને શક્તિમાં વધારો કરશે. જો આમ થશે તો હિંદુઓ પાસે પોતાની જાતને અને પોતાની જાતિ પ્રથાને શાપ આપવા સિવાય કંઈ જ બચશે નહીં.

■

9.

જ્ઞાતિ સામાજિક નફરતનું મૂળ છે

હિંદુઓએ માત્ર આદિવાસી જંગલીઓને સંસ્કારી બનાવવાનું માનવતાવાદી કાર્ય જ નથી કર્યું, પરંતુ તેઓએ હિંદુ ધર્મની અંદરની નીચલી જાતિઓને ઉચ્ચ જાતિના સાંસ્કૃતિક સ્તર સુધી વધવાથી જાણીજોઈને અટકાવ્યા. હું આના બે ઉદાહરણ આપું છું, એક સોનાર જ્ઞાતિ વિશે અને બીજું પઠારે પ્રભુ જ્ઞાતિ વિશે. બંને મહારાષ્ટ્રની જાણીતી જાતિઓ છે. સમાજમાં પોતાનો દરજ્જો વધારવાની તમામ જાતિ સમુદાયોની આકાંક્ષા અને ઇચ્છાની જેમ, આ બંને સમુદાયોએ એક સમયે બ્રાહ્મણોની રીતો અને આદતોને અપનાવવાનો પ્રયાસ કર્યો. સુવર્ણકારો પોતાને ‹દેવજ્ઞા બ્રાહ્મણો› કહેવા લાગ્યા અને તે જ રીતે વર્તવા લાગ્યા. બ્રાહ્મણોની શૈલીને અનુસરીને, તેણે ડબલ ફોલ્ડવાળી લાંબી ધોતી પહેરવાનું શરૂ કર્યું અને શુભેચ્છામાં ‹નમસ્કાર› શબ્દનો ઉપયોગ કરવાનું શરૂ કર્યું. આ બે બ્રાહ્મણોના વિશેષ રિવાજો અને અધિકારો હતા. બ્રાહ્મણોને આ રીતે ધોતી બાંધવી અને શુભેચ્છામાં નમસ્કાર કહેવું ગમ્યું નહીં અને તેમને પેશ્વા રાજા તરફથી સુવર્ણકારોને બ્રાહ્મણ શૈલી અને વિશેષ અધિકારો અપનાવવાથી રોકવાનો આદેશ મળ્યો. આ ઉપરાંત, તેણે બ્રિટિશ ઈસ્ટ ઈન્ડિયા કંપનીના અધિકારક્ષેત્ર હેઠળ બોમ્બેમાં રહેતા સુવર્ણકારો સામે કંપનીના કાઉન્સિલ પ્રેસિડેન્ટ દ્વારા જારી કરાયેલ પ્રતિબંધનો આદેશ પણ મળ્યો.

પઠારે પ્રભુ જ્ઞાતિના લોકોની આ હાલત છે. તે સમયે તેમનામાં વિધવા પુનર્લગ્નની પ્રથા પ્રચલિત હતી પરંતુ બ્રાહ્મણોમાં વિધવાઓના પુનર્લગ્નનો કોઈ રિવાજ નહોતો. તેથી, ઉચ્ચપ્રદેશના સ્વામીઓના એક વર્ગે, તેમના સમુદાયનો દરજ્જો વધારવાના હેતુથી, વિધવા

પુનર્લગ્નના સારા રિવાજને પણ છોડી દીધો, જે તેમની વચ્ચે પ્રચલિત હતો. આ મુદ્દે જ્ઞાતિના લોકો બે જૂથમાં વહેંચાઈ ગયા હતા. કેટલાક લોકો વિધવા પુનર્લગ્નની તરફેણમાં હતા તો કેટલાક તેની વિરુદ્ધમાં હતા. આ સમયગાળા દરમિયાન, પેશ્વા રાજાઓએ તેમની જૂની પરંપરા એટલે કે વિધવા પુનઃવિવાહના સમર્થકોને ટેકો આપ્યો અને આ રીતે ઉચ્ચ પ્રદેશના રાજાઓને બ્રાહ્મણોના રિવાજો અપનાવવા અને તેમની સામાજિક સ્થિતિથી ઉપર ઉઠતા અટકાવ્યા.

હિંદુઓ મુસ્લિમો પર આરોપ લગાવે છે કે તેઓ તલવારની મદદથી પોતાનો ધર્મ ફેલાવે છે. તેઓએ તેમની પ્રાચીન ધાર્મિક અદાલતો (ઇક્વિઝિશન) ના આંકડાઓની મજાક ઉડાવી. પરંતુ ખરેખર કોણ સાચું છે? વાસ્તવમાં મુસ્લિમો અને ખ્રિસ્તીઓ આપણા કરતાં વધુ સન્માનના હકદાર છે કારણ કે તેઓએ અસહમત લોકો (હિંદુઓ)ને તે વસ્તુઓ સ્વીકારવા માટે દબાણ કર્યું હતું જે તેઓ (મુસ્લિમો અને ખ્રિસ્તીઓ) તે લોકોના ઉદ્ધાર માટે જરૂરી માનતા હતા. અથવા એવા હિંદુઓ કે જેઓ અન્યોમાં જ્ઞાનનો પ્રકાશ ફેલાવવા માંગતા ન હતા અને તેમને અંધકારમાં રાખવાનો પ્રયાસ કરતા રહ્યા. તેઓ તેમની વિદ્વતા અને સામાજિક પરંપરાઓને તેમના જીવનમાં અપનાવવા માટે તૈયાર હોય તેવા લોકોમાં વહેંચવા માંગતા ન હતા. મને એ કહેવામાં કોઈ સંકોચ નથી કે જો મુસલમાન ક્રૂર હતા તો હિંદુઓ નિષ્ઠુર છે જે ક્રૂરતા કરતાં વધુ નિંદનીય છે અને વધુ ખરાબ છે.

■

10.

ધર્મના પ્રચારમાં અવરોધક જાતિઓ

હિંદુ ધર્મ સેવાલક્ષી એટલે કે મિશનરી ધર્મ છે કે કેમ તે હંમેશા ચર્ચાનો વિષય રહ્યો છે. કેટલાક લોકો તેને મિશનરી ધર્મ કહે છે જ્યારે અન્ય લોકો કહે છે કે તે ધર્મ ઇતિહાસમાં ક્યારેય મિશનરી રહ્યો નથી. આ સંદર્ભે, એ સ્વીકારવું પડશે કે હિંદુ ધર્મ ચોક્કસ કેટલાક સમયથી એક મિશનરી ધર્મ રહ્યો છે કારણ કે આ વિના ભારત જેવા વિશાળ ક્ષેત્રમાં તેનો ફેલાવો શક્ય ન હોત. આ સાથે એ પણ સ્વીકારવું જોઈએ કે આજનો હિંદુ ધર્મ કોઈ મિશનરી ધર્મ નથી. તેથી પ્રશ્ન એ નથી કે હિંદુ ધર્મ એક મિશનરી ધર્મ હતો કે નહીં પરંતુ પ્રશ્ન એ છે કે હિંદુ ધર્મ મિશનરી ધર્મ કેમ ન રહી શક્યો? મારો જવાબ એ છે કે હિંદુઓમાં જાતિ પ્રથાના જન્મ સાથે તેનું મિશનરી સ્વરૂપ સમાપ્ત થઈ જાય છે. ધર્મ પરિવર્તનમાં વ્યક્તિની માન્યતાઓ અને ધાર્મિક માન્યતાઓને પોતાના મનમાં ઠસાવવા એ એકમાત્ર સમસ્યા નથી. ધર્મ પરિવર્તન કરનાર વ્યક્તિ માટે તે સમુદાયના સામાજિક જીવનમાં પોતાનું સ્થાન મેળવવું એ વધુ મુશ્કેલ સમસ્યા છે. મુશ્કેલી એ છે કે નવો ધર્મ અપનાવનાર વ્યક્તિને કઈ જાતિમાં સ્થાન આપવું જોઈએ? આ એક એવી સમસ્યા છે જે દરેક હિંદુને ચોક્કસ મુશ્કેલીમાં મૂકશે જે બીજા ધર્મના વ્યક્તિને તેના ધર્મમાં લાવવા માંગે છે. જ્ઞાતિના સભ્ય બનવું એ ક્લબના સભ્ય બનવા જેટલું સરળ નથી. દરેક વ્યક્તિ ક્લબનું સભ્યપદ મેળવી શકે છે પરંતુ જ્ઞાતિનું સભ્યપદ ફક્ત તે જ્ઞાતિમાં જન્મેલા લોકો પૂરતું મર્યાદિત છે. જાતિઓ સ્વતંત્ર, સ્વાયત્ત છે અને કોઈ પણ શક્તિ કોઈ પણ નવી

વ્યક્તિને કોઈપણ જાતિમાં સામેલ કરવા દબાણ કરી શકે નહીં. હિંદુ ધર્મ એ અનેક જ્ઞાતિઓનો સમૂહ છે અને દરેક જ્ઞાતિ એક બંધ સમૂહ છે, તેથી ધર્મ બદલીને બહારથી આવતા લોકો માટે હિંદુ સમાજમાં કોઈ સ્થાન નથી. આમ, જાતિ એ જ કારણ છે જેણે હિંદુઓને હિંદુ ધર્મનો ફેલાવો કરતા અને અન્ય ધાર્મિક સમુદાયો સહિત રોક્યા છે. તેથી, જ્યાં સુધી જ્ઞાતિપ્રથા અસ્તિત્વમાં છે ત્યાં સુધી હિંદુ ધર્મ સેવાલક્ષી મિશનરી ધર્મ બની શકતો નથી અને તેના શુદ્ધિકરણ વિશે વિચારવું એ માત્ર મૂર્ખતા જ નહીં પણ નિરર્થકતા પણ હશે.

■

11.

જાતિ પ્રથા એ સામાજિક વિઘટન અને અસંવેદનશીલતાનું મુખ્ય કારણ છે

જે કારણોને લીધે હિંદુઓમાં શુદ્ધિકરણની ચળવળ શક્ય નથી તે જ કારણો હિંદુઓમાં સંગઠનની ભાવના ન વિકસાવવા માટે જવાબદાર છે. સંસ્થાનો મૂળ આધાર અને ભાવના હિંદુઓના મનમાંથી એવો ભય કે કાયરતા દૂર કરવાનો છે જે હિંદુઓને શીખો અને મુસ્લિમોથી સખત રીતે અલગ પાડે છે અને જેના કારણે હિંદુઓને પોતાની રક્ષા માટે બહાદુરીની બદલે વિશ્વાસઘાત અને ચાલાકી જેવા અધમ કૃત્યોનો આશરો લેવો પડે છે. સ્વાભાવિક રીતે પ્રશ્ન થાય કે શીખ કે મુસ્લિમમાં એવી શક્તિ અને ક્ષમતા ક્યાંથી આવે છે જે તેમને બહાદુર અને નિર્ભય બનાવે છે? હું માનું છું કે સારી શારીરિક શક્તિ, પૌષ્ટિક ખોરાક અથવા કસરતને કારણે આવું થતું નથી. એ શક્તિ એવી લાગણીને કારણે છે કે કોઈ પણ શીખને જોખમમાં જોઈને બધા શીખ તેની મદદે આવશે અને જો કોઈ મુસ્લિમ પર હુમલો થશે તો બધા મુસ્લિમો તેની રક્ષા માટે દોડી આવશે. પરંતુ કોઈ હિંદુને આ લાગણી નથી. હિંદુઓ માનતા નથી કે અન્ય કોઈ હિંદુ મુશ્કેલીના સમયે તેમની મદદ માટે આગળ આવશે. હંમેશા એકલતા અનુભવવાના તેના ભાગ્યને લીધે, તે શક્તિહીન રહે છે. પરિણામે, અસલામતી, ડરપોક પણું અને કાયરતાથી પીડાતો હિંદુ કાં તો મેદાનમાંથી ભાગી જાય છે અથવા આત્મસમર્પણ કરી દે છે, જ્યારે આવી કટોકટીમાં શીખ અથવા મુસ્લિમ નિર્ભયપણે ઊભા રહે છે, કારણ કે તે જાણે છે કે તે એકલા હોવા છતાં, તે એકલા નહીં રહે. તે શીખ કે મુસ્લિમ હોવાના આત્મવિશ્વાસની મદદથી મેદાનમાં સ્પર્ધા કરવા મક્કમ

રહે છે. જ્યારે હિંદુમાં વિશ્વાસના અભાવને કારણે તે ભાગી જવા અને હાર સ્વીકારવા મજબૂર થાય છે.

આ મુદ્દા પર વિચારીએ તો પ્રશ્ન થાય છે કે એવું શું છે જે શીખ કે મુસ્લિમને આટલું આશ્વાસન આપે છે અને લડવાની હિંમત આપે છે. જ્યારે હિન્દુઓમાં એકબીજાને મદદ કરવાની લાગણીનો અભાવને લીધે તે ભય અને નિરાશાથી ભરપૂર થઈ જાય છે. તમે જાણશો કે આ તફાવતનું કારણ તેમની સંગઠિત જીવનશૈલીમાં રહેલું છે. શીખો અને મુસ્લિમોની સંગઠિત જીવનશૈલી તેમની વચ્ચે ભાઈચારાની લાગણી વિકસાવે છે, જ્યારે હિન્દુઓમાં આવું નથી. શીખ અને મુસ્લિમોમાં સમાન સામાજિક શક્તિ છે જે તેમને ભાઈ બનાવે છે. હિંદુઓમાં કોઈ સિમેન્ટિંગ તત્વ નથી અને કોઈ હિંદુ બીજાને ભાઈ માનતો નથી. આ સમજાવે છે કે એક શીખ શા માટે કહે છે અને અનુભવે છે કે એક શીખ અથવા ખાલસા સવા લોકો સમાન છે. આ સમજાવે છે કે શા માટે એક મુસ્લિમ હિંદુઓના સમૂહ સમાન છે. એમાં કોઈ શંકા નથી કે આ મોટો તફાવત માત્ર જ્ઞાતિને કારણે છે, તેથી જ્યાં સુધી જાતિ અસ્તિત્વમાં છે ત્યાં સુધી હિંદુઓમાં સંગઠન અને એકતા થઈ શકે નહીં અને જ્યાં સુધી સંગઠન નહીં હોય ત્યાં સુધી હિંદુઓ નબળા, આધીન અને ડરપોક જ રહેશે.

હિન્દુઓ વારંવાર દાવો કરે છે કે તેઓ ખૂબ જ સહિષ્ણુ લોકો છે. મારા મતે, આ તેમની તરફથી એક મોટી ભૂલ અને મૂંઝવણ છે. મોટા ભાગના પ્રસંગોએ હિંદુઓ સહિષ્ણુ હોતા નથી અને જો અમુક પ્રસંગોએ તેઓ સહિષ્ણુ હોય છે, તો તેનું કારણ એ છે કે તેઓ એટલા નબળા છે કે તેઓ વિરોધ કરી શકતા નથી અથવા તેમને વિરોધ સાથે કોઈ લેવાદેવા નથી, તેઓ સંપૂર્ણપણે ઉદાસીન છે. આ નબળાઈ અને ઉદાસીનતા હિન્દુઓના જીવનનો એટલો મોટો ભાગ બની ગઈ છે કે હિન્દુઓ અપમાન અને અન્યાયને ચૂપચાપ સહન કરે છે. હિંદુ સમાજમાં, મોરિસના શબ્દોમાં, ‹જ્યાં મોટાઓ નાનાને પીટતા હોય છે, જ્યાં મજબૂત લોકોથી અન્ય ડરીને ચાલે છે, જ્યાં દયાળુઓ શાંત હોય છે કારણ કે તેમની પાસે હિંમતનો અભાવ હોય છે અને બૌદ્ધિક વર્ગ તેમની સાથે નથી. હિંદુ દેવતાઓ પણ ધીરજવાન અને સહિષ્ણુ છે. આ સહિષ્ણુ હિંદુ દેવતાઓને કારણે હિંદુ સમાજમાં દલિતો અને પીડિતોની દયનીય સ્થિતિની કલ્પના કરવી મુશ્કેલ નથી. ઉદાસીનતા કોઈપણ સમાજને બીમાર કરી શકે છે. આ સૌથી ખતરનાક રોગ છે. મારા મતે, આ ઉદાસીનતા જાતિ વ્યવસ્થાનું પરિણામ છે જેના કારણે કોઈ સારા હેતુ માટે સંગઠન અને પરસ્પર સહકાર શક્ય નથી.

■

12.

જાતિમાંથી બહિષ્કાર: એક કઠોર સજા

જ્યારે કોઈ વ્યક્તિ તેના પોતાના મંતવ્યો અને માન્યતાઓ દ્વારા સમુદાયના નેતૃત્વ, અધિકારો અને હિતોની વિરુદ્ધમાં તેની સ્વતંત્રતા અને હિતોને ભારપૂર્વક જણાવે છે ત્યારે સુધારાઓ શરૂ થાય છે, પણ તેમાં કેટલો અવકાશ છે તે તેના પર આધાર રાખે છે સમૂહમાં આવા વ્યક્તિગત પ્રયાસો માટે કેટલો અવકાશ છે? જો આવા લોકો પ્રત્યે જૂથનું વલણ ન્યાયી, સંતુલિત અને સહિષ્ણુ હશે, તો તેના સુધારાના પ્રયાસો ચાલુ રહેશે અને આખરે આ લોકો તેમના સાથીદારોના વિચારોમાં પરિવર્તન લાવવામાં સફળ થશે. બીજી તરફ, જો સમાજમાં સહિષ્ણુતાની ભાવના ન હોય અને આવી વ્યક્તિઓ સાથે વ્યવહાર કરવા અને તેમનો અવાજ દબાવવા માટે જે યુક્તિઓ અપનાવવામાં આવે છે તે જોવામાં ન આવે, તો થોડા સમય પછી આવા સુધારા ઇચ્છતા લોકો અદૃશ્ય થઈ જશે, સુધારાઓ બિનઅસરકારક બની જશે અને આખરે સુધારાનો અંત આવશે.

હવે કોઈપણ જાતિને તેના નિયમોનો ભંગ કરનાર કોઈપણ વ્યક્તિને સમુદાયમાંથી હાંકી કાઢવાનો અધિકાર છે. જ્યારે તે સમજાય છે કે બહિષ્કારનો અર્થ સામાજિક ક્રિયાપ્રતિક્રિયા અને વર્તન પર સંપૂર્ણ પ્રતિબંધ છે, ત્યારે સ્પષ્ટ સમજૂતી થશે કે સમાજમાંથી હાંકી કાઢવા અને મૃત્યુદંડ વચ્ચે કોઈ ખાસ તફાવત નથી. હિંદુ સમાજના લોકોમાં જાતિના અવરોધો ઓળંગીને આઝાદી માટે દબાણ કરવાની હિંમત નથી તે આશ્ચર્યજનક નથી. એ વાત સાચી છે કે વ્યક્તિ તેના સાથીદારો સાથે

દરેક સમયે સંમતિપૂર્ણ વર્તન કરી શકતી નથી, પરંતુ તે પણ સાચું છે કે તે તેમના વિના જીવી શકતો નથી. તે તેની પોતાની શરતો પર તેના સાથીઓને રાખવાનું પસંદ કરશે, પરંતુ જો તે તેની શરતો સ્વીકારવામાં સફળ ન થાય તો તે કોઈપણ સામૂહિક શરતો પર કંપની મેળવવા માટે તૈયાર થઈ જાય છે અને આમ તે સંપૂર્ણ રીતે આત્મસમર્પણ કરે છે, કારણ કે તે સમાજ વિના જીવી શકતો નથી. જ્ઞાતિ સમૂહ કોઈપણ વ્યક્તિની દયનીય અને અસહાય સ્થિતિનો લાભ લેવા અને તે વ્યક્તિને પોતાના માટે દબાણ કરવા હંમેશા તૈયાર રહે છે. એક જાતિ સુધારકના જીવનને નરક બનાવવાના કાવતરામાં સરળતાથી પોતાને ગોઠવી શકે છે.

જો કોઈ ષડયંત્ર એ ગુનો હોય તો મને એ સમજાતું નથી કે કોઈ વિચારી વ્યક્તિ દ્વારા જ્ઞાતિ સમૂહના નિયમો વિરુદ્ધ સાહસિક પગલું ભરનાર વ્યક્તિના સામાજિક બહિષ્કારના જઘન્ય અપરાધને કાયદાકીય રીતે સજાપાત્ર ગુનો કેમ જાહેર કરવામાં આવતો નથી? પરંતુ આજકાલ કાયદો દરેક જ્ઞાતિને તેની જ્ઞાતિના લોકો માટે સજાની જોગવાઈ કરવા અને જાતિના નિયમોનું પાલન ન કરનારાઓને સમુદાયમાંથી બહાર કાઢવાની સ્વતંત્રતા પણ આપે છે. તમામ સામાજિક સુધારાઓનો વિરોધ કરવા અને તેનો નાશ કરવા માટે રૂઢિચુસ્તોના હાથમાં જાતિ એક મજબૂત હથિયાર છે.

■

13.

જાતિ વ્યવસ્થાએ આચરણનો નાશ કર્યો

જાતિ પ્રથાને કારણે હિંદુઓના આચાર અને નૈતિકતા પર પણ ખરાબ અસર પડી છે. જાતિ પ્રથાએ લોકકલ્યાણ અને સામાજિક ઉદારતાની ભાવનાનો પણ નાશ કર્યો છે. પોતાની જ્ઞાતિ પ્રત્યેના પ્રેમ અને અન્ય જ્ઞાતિઓ પ્રત્યે નફરતના કારણે સમાજમાં કોઈપણ મુદ્દે સર્વસંમતિ સાધી શકાતી નથી. હિંદુ માટે તેની જ્ઞાતિ જ તેનો સમાજ છે, તેની જ્ઞાતિના લોકો તેના લોકો છે. તેમનું સમર્પણ, વફાદારી અને સામાજિક જવાબદારીની ભાવના માત્ર તેમની જ્ઞાતિ પુરતી મર્યાદિત છે. જ્ઞાતિભેદના કારણે સારા સદ્ગુણો અને સારા આચરણ (નૈતિકતા) પણ જાતિની મર્યાદામાં સીમિત રહી ગયા છે. આમ, જો કોઈ વ્યક્તિ વિદ્વાન, સક્ષમ અને ઉમદા હોય પણ જો તે તેની જાતિનો ન હોય તો તેનામાં આદર, સન્માન, તેના શ્રેષ્ઠ ગુણોની કદર, સહાનુભૂતિ અને જરૂરિયાતમંદો પ્રત્યે ઉદારતા અને સહકારની લાગણીનો સંપૂર્ણ અભાવ હોય છે. બિન-જ્ઞાતિની પીડિત વ્યક્તિની બૂમો કોઈ સાંભળતું નથી. જો કરુણા, દયા અને સહાનુભૂતિની લાગણીઓ ઉદ્ભવે છે, તો તે પોતાની જાતિ માટે શરૂ થાય છે અને જાતિ પર જ સમાપ્ત થાય છે. અન્ય જ્ઞાતિની વ્યક્તિ માટે સહાનુભૂતિને કોઈ સ્થાન નથી. તેને તેનો હકદાર માનવામાં આવતો નથી.

શું કોઈ હિંદુ કોઈ મહાન સજ્જન અને ઉમદા વ્યક્તિનું નેતૃત્વ સ્વીકારશે? આનો જવાબ એ હશે કે અપવાદ તરીકે સંત કે મહાત્મા સિવાય, હિંદુ ક્યારેય એવી વ્યક્તિનું નેતૃત્વ સ્વીકારશે નહીં જે તેની જાતિની નથી. બ્રાહ્મણ ફક્ત બ્રાહ્મણ નેતાનું નેતૃત્વ સ્વીકારશે અને કાયસ્થ

ફક્ત કાયસ્થ નેતાનું નેતૃત્વ સ્વીકારશે અને તેની સૂચનાઓનું પાલન કરશે. આમ, પોતાના સિવાય અન્ય જ્ઞાતિની વ્યક્તિના શ્રેષ્ઠ ગુણોની પ્રશંસા કરવી અને તેની ભલાઈની પ્રશંસા કરવી અને તેનું સન્માન કરવું એ હિંદુના સ્વભાવમાં નથી. એક હિંદુ જાણે છે કે કેવી રીતે તેની પોતાની જાતિના સભ્યોની યોગ્યતાની પ્રશંસા કરવી. હિંદુઓની સમગ્ર વર્તણૂક અને આચરણ નીતિ જંગલી, અસંસ્કારી જાતિઓની આદિવાસી નૈતિકતા જેવી સંકુચિત, ભ્રષ્ટ અને ખરાબ છે. તે કહે છે કે વ્યક્તિ સાચો હોય કે ખોટો, સારો હોય કે ખરાબ, પણ તે મારી જાતિનો છે. હિંદુઓને સારા ગુણોની તરફેણ કરવાની અને ખરાબ ગુણોને તિરસ્કાર કરવાની કોઈ ચિંતા નથી, તેના બદલે જાતિની તરફેણ કે અપેક્ષા રાખવી તે પ્રશ્ન ટોચ પર રહે છે. લોકતાંત્રિક રાષ્ટ્રના નાગરિકો હોવા છતાં, હિંદુઓમાં આ હદે પોતાની જાતિના હિત અને સ્વાર્થની રક્ષા કરવાની ઊંડી લાગણી હોય તે દેશ સામે દેશદ્રોહ ન કહેવાય?

■

14.

મારી કલ્પનાનો આદર્શ સમાજ કેવો હોવો જોઈએ?

તમારામાંથી કેટલાક સજ્જનો સમાજમાં જાતિ પ્રથાની ખરાબ અસરો વિશે દુઃખદ વાર્તાઓ સાંભળીને કંટાળી ગયા હોય તો મને નવાઈ નહીં લાગે. આ કોઈ નવી વાત નથી. તેથી હવે હું આ સમસ્યાની રચનાત્મક બાજુ પર આવું છું. જાતિ પ્રથાની મારી ટીકા સાંભળ્યા પછી, તમે લોકો મને આ પ્રશ્ન પૂછવા માંગો છો કે જો હું જાતિ વિરુદ્ધ હોઉં તો મારી દૃષ્ટિએ આદર્શ સમાજ કયો? મારો આદર્શ સમાજ એવો સમાજ હશે જેનો પાયો સ્વતંત્રતા, સમાનતા અને બંધુત્વ પર આધારિત હોય અને તે આવું કેમ ન હોઈ શકે? ભાઈચારા સામે કોઈને શું વાંધો હોઈ શકે? મારા મતે કોઈ વાંધો હોઈ શકે નહીં. હું આ સિવાય બીજા કોઈ સમાજની કલ્પના કરી શકતો નથી. આદર્શ સમાજ ગતિશીલ હોવો જોઈએ. તે એવા સાધનો અને માર્ગોથી ભરેલો હોવી જોઈએ જેથી કરીને એક ભાગમાં થતા ફેરફારોને બીજા ભાગમાં પહોંચાડી શકાય. એક આદર્શ સમાજમાં, સૌ માટે ઘણા પરસ્પર હિત હોવા જોઈએ જે સભાનપણે વિનિમય કરવામાં આવે છે અને જેમાં દરેક વ્યક્તિ ભાગ લે છે. ત્યાં ઘણા પ્રકારની રુચિઓ હોવી જોઈએ જે અન્ય લોકો સાથે ખુશીથી વહેંચી શકાય અને તેમની સાથે ચર્ચા કરી શકાય. સમાજની અન્ય સંસ્થાઓના રીતરિવાજો, વિચારો અને વ્યક્તિઓ સાથે સતત સંપર્ક અને સંવાદ હોવો જોઈએ. અવરોધ વિનાની ક્રિયાપ્રતિક્રિયાઓ હોવી જોઈએ. બીજા શબ્દોમાં કહીએ તો, ત્યાં એક સામાજિક ફેલાવો હોવો જોઈએ. આ ભાઈચારો છે જે લોકશાહીનું બીજું નામ હોઈ શકે છે. લોકશાહી એ માત્ર સરકારનું એક સ્વરૂપ નથી, તે મૂળભૂત રીતે સંગઠિત અને સામૂહિક જીવન જીવવાની અને સંયુક્ત રીતે સંવાદનો અનુભવ મેળવવાની રીત પણ છે. લોકશાહીનો સાર તેના લોકો માટે આદર અને સન્માન છે.

શું કોઈને સ્વતંત્રતા સામે વાંધો હોઈ શકે? કેટલાક લોકો સમાજમાં મુક્તપણે ફરવાના અધિકારનો વિરોધ કરે છે, જેનો અર્થ થાય છે જીવન અને અંગના અધિકારનો વિરોધ. સ્વતંત્રતા એટલે કે પરિવારના ભરણપોષણ માટે મિલકતની માલિકીનો અધિકાર અને આજીવિકા માટે, શરીરને સ્વસ્થ રાખવા માટે જરૂરી વસ્તુઓ ધરાવવાનો અધિકાર, અહીં સ્વતંત્રતાનો વિરોધ નથી, તો પછી કોઈ

શા માટે કોઈની ક્ષમતાનો અસરકારક અને યોગ્ય રીતે ઉપયોગ કરીને તેનો લાભ લેવાની સ્વતંત્રતા આપવામાં આવતી નથી? જેઓ જાતિ વ્યવસ્થાના પક્ષમાં છે અને જીવન, શરીર અને સંપત્તિના અધિકારને સ્વતંત્ર માને છે, તેઓ સ્વતંત્રતાના આ સ્વરૂપને સ્વીકારશે નહીં કારણ કે તે વ્યક્તિને તેના જીવનનિર્વાહ માટે તેના હિતનો કોઈપણ વ્યવસાય પસંદ કરવાની સ્વતંત્રતા આપશે. પરંતુ આ પ્રકારની સ્વતંત્રતાનો વિરોધ કરવો એ ગુલામીને કાયમ માટે કાયમી રાખવા જેવું છે. ગુલામીનો અર્થ એ નથી કે કોઈને કાયદેસર રીતે તમારી આધીન બનાવવી. તેનો અર્થ સમાજમાં એવી પરિસ્થિતિ છે જેમાં કેટલાક લોકોને અન્ય લોકો દ્વારા આપવામાં આવેલા આદેશોનું પાલન કરવાની ફરજ પાડવામાં આવે છે જે તેમના વર્તન અને જીવનશૈલીને નિયંત્રિત અને પ્રતિબંધિત કરે છે. આ પરિસ્થિતિ ત્યાં પણ જોવા મળે છે જ્યાં જાતિ પ્રણાલીની જેમ કોઈ કાયદાકીય ગુલામી નથી અથવા જ્યાં કેટલાક લોકોને પૂર્વનિર્ધારિત મામૂલી કાર્યો કરવા માટે ફરજ પાડવામાં આવે છે જે તેઓ સ્વેચ્છાએ અપનાવતા નથી.

સમાજમાં સમાનતા સામે કોઈને વાંધો હોઈ શકે ખરો? વાસ્તવમાં, આ સૌથી વધુ ચર્ચાસ્પદ વિષય હતો અને ફ્રેન્ચ ક્રાંતિનો સૌથી મજબૂત વિરોધ સૂત્ર હતું. સમાનતા સામેના દાવામાં યોગ્યતા હોઈ શકે છે અને લોકોએ સ્વીકારવું પડશે કે બધા લોકો સમાન ન હોઈ શકે પણ આમાં શું વાંધો છે? સમાનતાનો વિચાર કાલ્પનિક હોઈ શકે છે પરંતુ તેમ છતાં આ વિચારને શાસન માટેના શાસન સિદ્ધાંત તરીકે સ્વીકારવો જોઈએ. કોઈપણ વ્યક્તિની શક્તિ ત્રણ બાબતો પર આધાર રાખે છે. પ્રથમ, શારીરિક આનુવંશિકતા. બીજું, સામાજિક વારસો અથવા સમાજ દ્વારા આપવામાં આવેલી નક્કર મિલકત એટલે કે માતા-પિતા દ્વારા ઉછેર, શિક્ષણ, વૈજ્ઞાનિક જ્ઞાનનું સંપાદન અને બીજું કંઈપણ જે વ્યક્તિને અજ્ઞાની વ્યક્તિ કરતાં વધુ સક્ષમ બનાવે છે અને ત્રીજું, તેના પોતાના પ્રયત્નો. આ ત્રણેય બાબતોમાં માણસો સમાન નથી એમાં કોઈ શંકા નથી, પણ તેઓ આપણા સમાન ન હોવાથી આપણે કેમ અસમાન વર્તન કરવું જોઈએ? આ એક એવો પ્રશ્ન છે જેનો જવાબ સમાનતાના વિરોધીઓએ આપવો પડશે. એક વ્યક્તિ તરીકે, જો કોઈના પ્રયત્નો સમાન ન હોય તો

તેની સાથે અસમાન વર્તન થઈ શકે છે. દરેક વ્યક્તિને તેની શક્તિ અને ક્ષમતાનો સંપૂર્ણ વિકાસ કરવા માટે સંપૂર્ણ સમર્થન અને તકો આપવી જોઈએ. પરંતુ જો પ્રથમ બે કારણોસર વ્યક્તિને અસમાન ગણવામાં આવે છે અને તેની સાથે અસમાન વર્તન કરવામાં આવે છે, જેમ કે કરવામાં આવે જ છે, તો પરિણામ શું આવશે? તે ખૂબ જ સ્પષ્ટ છે કે આવી પરિસ્થિતિમાં, આગળ વધવાની રેસમાં ફક્ત તે જ લોકો પસંદ કરવામાં આવશે અથવા જીતશે, જેમની તરફેણમાં જન્મ, શિક્ષણ, કુટુંબની પ્રતિષ્ઠા, વ્યવસાયિક જોડાણો અને તેમના પૂર્વજો પાસેથી વારસામાં મળેલી મિલકત હશે. પરંતુ આવી સ્થિતિમાં, સક્ષમ વ્યક્તિની પસંદગી નહીં પરંતુ માત્ર વિશેષાધિકૃત વ્યક્તિની પસંદગી કરવામાં આવશે.

તેથી, જે દળો ત્રીજા વર્ગના લોકો સાથે અસમાનતાની વાત કરે છે તે જ દળો છે જે માંગ કરે છે કે પ્રથમ બે વર્ગના લોકો સાથે શક્ય હોય ત્યાં સુધી સમાન રીતે વર્તે. બીજી બાજુ, તેનાથી વિપરિત, એવી વિનંતી કરી શકાય છે કે સામાજિક સંસ્થા માટે તેના મોટાભાગના સભ્યોનો સહકાર મેળવવો ફાયદાકારક છે, આ ત્યારે જ શક્ય છે જો તેઓ સાથે શરૂઆતથી જ શક્ય તેટલું સમાન વર્તન કરવામાં આવે. એટલે કે, સમાજના સભ્યને સમકક્ષ બનાવવામાં આવે તો જ તેનો શ્રેષ્ઠ લાભ લઈ શકાય. આ એક કારણ છે કે આપણે સમાનતાને નકારી શકતા નથી. પરંતુ એક બીજું કારણ છે કે આપણે શા માટે સમાનતા સ્વીકારવી જોઈએ.

સત્તામાં બેઠેલી વ્યક્તિ કે રાજકારણીને દરરોજ અનેક લોકોને મળવાનું હોય છે, તેની પાસે ન તો સમય હોય છે કે ન તો માહિતી હોય છે કે તે દરેક વ્યક્તિને વ્યક્તિગત રીતે ઓળખી શકે અને તે પ્રમાણે વર્તન કરી શકે, એટલે કે દરેક વ્યક્તિની જરૂરિયાત, ઉદ્દેશ્યને સમજે અથવા તેની ક્ષમતા અનુસાર તેની સાથે વ્યવહાર કરે અથવા ક્ષમતા કોઈની સાથે ગમે તેટલો ન્યાયી અને સારો વ્યવહાર કરવામાં આવે, પરંતુ આટલી વિશાળ વસ્તી એટલે કે માનવતાને વિવિધ વર્ગોમાં વર્ગીકૃત કરવી શક્ય નથી, તેથી શાસકે એક સરળ નિયમ અપનાવવો જોઈએ અને તે એ છે કે દરેક સાથે સમાન વ્યવહાર કરવો. માત્ર એટલા માટે જ નહીં કે તેઓ બધા એકસરખા છે પણ એટલા માટે કે વર્ગીકરણ અથવા શ્રેણીના આધારે તેમને વિભાજિત કરવું શક્ય નથી. સમાનતાનો સિદ્ધાંત સ્પષ્ટપણે એક ભ્રમણા છે, પરંતુ આ બધું હોવા છતાં, આ એકમાત્ર રસ્તો છે જેના દ્વારા સત્તાધારી રાજકારણી રાજકારણમાં આગળ વધી શકે છે કારણ કે રાજકારણ એ સંપૂર્ણ રીતે વ્યવહારુ કાર્ય છે, જેની કસોટી પણ સંપૂર્ણ રીતે વ્યવહારુ છે.

■

15.

આર્યસમાજીઓની ચાતુર્વર્ણ પદ્ધતિ

સમાજ સુધારકોનું એક સંગઠન પણ છે જેનો આદર્શ અલગ છે, આ લોકોને આર્ય સમાજી કહેવામાં આવે છે. તેમના મતે સમાજની રચનાનો આદર્શ ચાતુર્વર્ણ છે. અત્યાર સુધીની ભારતની ચાર હજાર જ્ઞાતિઓને બદલે તેમણે તેને માત્ર ચાર વર્ગોમાં વહેંચી છે. તેમના સિદ્ધાંતને વધુ આકર્ષક બનાવવા અને તેમના વિરોધી વિચારધારાઓને તટસ્થ કરવા માટે, ચાતુર્વર્ણના નાયકો તેનો ખૂબ જ સમજદારીપૂર્વક ઉપયોગ કરીને નિર્દેશ કરે છે કે ચાતુર્વર્ણ પ્રણાલી જન્મ પર આધારિત નથી પરંતુ યોગ્યતા પર આધારિત છે.

હું તમને અગાઉથી જણાવવા માંગુ છું કે ચાતુર્વર્ણ પ્રણાલી યોગ્યતા પર આધારિત હોવા છતાં, આ આદર્શ મારા વિચારો સાથે મેળ ખાતો નથી. પહેલી વાત તો એ છે કે ચાતુર્વર્ણ પ્રણાલી હેઠળ જો દરેક વ્યક્તિને તેની યોગ્યતા એટલે કે ગુણોના આધારે હિંદુ સમાજમાં સ્થાન મળે છે, તો મને સમજાતું નથી કે આર્યસમાજી લોકો તેમને બ્રાહ્મણ, ક્ષત્રિય, વૈશ્ય અને શુદ્ર કેમ નક્કી કરશે? કોઈપણ વિદ્વાન વ્યક્તિને બ્રાહ્મણનું લેબલ લગાવ્યા વિના પણ આદર આપવામાં આવશે. સૈનિક હોય તો તેને ક્ષત્રિય ન કહેવાય છતાં પણ માન મળે. પ્રશ્ન એ છે કે જો યુરોપિયન સમાજ પોતાના સૈનિકો, નોકરો અને કામદારોને કોઈ કાયમી નામ આપ્યા વિના સન્માન આપી શકે છે, તો હિન્દુ સમાજને આમ કરવામાં શું વાંધો છે? પરંતુ આર્યસમાજીઓ આ બાબતે વિચારવાની જરૂર સમજતા નથી. આ લેબલ્સ ચાલુ રાખવા સામે અન્યને વાંધો છે. લોકો અને વસ્તુઓ

પ્રત્યે સમાજની ધારણાઓ, લાગણીઓ અને માનસિકતામાં આવેલા ફેરફારોને કારણે સમાજમાં તમામ સુધારા થાય છે. તે સામાન્ય છે કે અમુક નામો અમુક માન્યતાઓ અને લાગણીઓ સાથે સંકળાયેલા હોય છે જે વ્યક્તિ અને વસ્તુઓ પ્રત્યે વ્યક્તિના આદર, માનસિકતા અથવા વર્તનને નિર્ધારિત કરે છે. બ્રાહ્મણ, ક્ષત્રિય, વૈશ્ય અને શુદ્ર એવા નામો છે જે દરેક હિંદુના મન અને હૃદયમાં એક વિશેષ અને કાયમી ખ્યાલ સાથે સંકળાયેલા છે અને તે ખ્યાલ જન્મના આધારે વંશવેલાને પ્રતિબિંબિત કરે છે. જ્યાં સુધી આ નામો રહેશે ત્યાં સુધી હિંદુ લોકો બ્રાહ્મણ, ક્ષત્રિય, વૈશ્ય અને શુદ્ર નામોને જન્મ અને કાર્યોના આધારે ઉંચા અને નીચા માનતા રહેશે અને જીવનમાં તે પ્રમાણે વર્તતા રહેશે. બ્રાહ્મણ સર્વોચ્ચ, ક્ષત્રિય તેમના કરતાં નીચા, વૈશ્ય ક્ષત્રિય કરતાં નીચો અને શૂદ્ર વૈશ્ય કરતાં નીચો એટલે કે સર્વોચ્ચ છે એવી ભાવનાથી તેનું મન હંમેશા ભરેલું રહેશે. હિન્દુઓના મનમાંથી આ બધું ભૂલી જવું ખૂબ જ જરૂરી છે, પરંતુ જો આ જૂના લેબલો યથાવત રહેશે અને હિન્દુઓના મનમાં જૂની માન્યતાઓની યાદ અપાવતી રહેશે તો આ કેવી રીતે શક્ય બનશે? જો લોકોના મનમાં નવા ખ્યાલો ઠસાવવા હોય તો તેને નવા નામ પણ આપવા જરૂરી છે. જૂના નામો સાથે ચાલુ તે રાખવું એ સુધારાને નિરર્થક કરવા જેવું છે. ચાતુર્વર્ણ પ્રણાલીને ગુણો પર આધારિત ગણાવીને તેના પર બ્રાહ્મણ, ક્ષત્રિય, વૈશ્ય અને શુદ્ર જેવા દુર્ગંધયુક્ત નામો લગાવવાથી જન્મ આધારિત સામાજિક વિભાજન સ્પષ્ટ થાય છે અને આવી વ્યવસ્થા પાખંડનો ભંડાર છે.

■

16.

ચતુ-વર્ણની ધૃણાસ્પદ અને અવ્યવહારુ પ્રણાલી

આ ચાતુર્વર્ણ પ્રણાલી તેના જૂના લેબલો સાથે ખૂબ જ જીવલેણ પ્રણાલી છે, તે ખૂબ જ ધૃણાસ્પદ લાગે છે અને મારા અસ્તિત્વના દરેક તંતુ તેની સામે બળવો કરે છે. પણ મારો ચતુર્વર્ણ સામેનો વિરોધ માત્ર લાગણીઓ પર આધારિત નથી. મારી પાસે વધુ નક્કર આધાર છે જેના પર મને પૂરો વિશ્વાસ છે. આ આદર્શની કાળજીપૂર્વક તપાસ કર્યા પછી, મને સંપૂર્ણ ખાતરી છે કે સામાજિક વ્યવસ્થાના દૃષ્ટિકોણથી ચતુર્વર્ણ અવ્યવહારુ છે. હાનિકારક છે, તે એક દયનીય નિષ્ફળતા સાબિત થઈ છે. વ્યાવહારિક દૃષ્ટિકોણથી પણ, ચતુર્વર્ણે સમાજમાં ઘણી એવી મુશ્કેલીઓ ઊભી કરી છે, જેનો તેના સમર્થકોએ ક્યારેય વિચાર પણ કર્યો નથી.

જાતિના નિયમો વર્ણના નિયમોથી મૂળભૂત રીતે અલગ છે. આ નિયમો માત્ર મૂળભૂત રીતે અલગ જ નથી પણ એકબીજાથી મૂળભૂત રીતે વિરોધાભાસી પણ છે. જાતિ પ્રણાલી અનુભૂતિ પર આધારિત છે જ્યારે વર્ણ પ્રણાલી અનુભવી ક્ષમતા (જન્મ) પર આધારિત છે. લોકોએ તેમની યોગ્યતાનું કોઈ પ્રમાણપત્ર આપ્યા વિના માત્ર જન્મના આધારે ઉચ્ચ હોદ્દા પ્રાપ્ત કર્યા છે. તમે તેમને આ ઉચ્ચ સ્થાન છોડવા માટે કેવી રીતે દબાણ કરશો? જન્મના આધારે વ્યક્તિને આપવામાં આવતા નીચા પદને વ્યક્તિની યોગ્યતા અનુસાર આપવામાં આવેલું પદ ગણો, આ માટે તમે લોકોને કેવી રીતે મજબૂર કરશો? તેના ગુણોના આધારે તેને સ્થાન અને સન્માન આપવા માટે આપણે લોકોને કેવી રીતે દબાણ કરીશું? આ કરવા માટે, તમારે પહેલા જાતિ પ્રથાને ખતમ કરવી પડશે, તો જ

વર્ણ વ્યવસ્થા લાગુ કરી શકાશે. તમે ચાર વર્ણમાં ક્ષમતા અને ગુણોના આધારે, જન્મના આધારે ચાર હજાર જાતિઓને કેવી રીતે મર્યાદિત કરી શકશો? ચતુર્વર્ણની હિમાયત કરનારાઓએ પહેલા આ મુશ્કેલીનો સામનો કરવો પડશે. જો ચાતુર્વર્ણ વ્યવસ્થાને સફળ બનાવવી હોય તો આ પ્રથમ મુશ્કેલી દૂર કરવી પડશે.

ચાતુર્વર્ણ પ્રણાલીમાં એવું માનવામાં આવે છે કે સમાજને ચાર અલગ-અલગ વર્ગોમાં વહેંચી શકાય છે, પરંતુ શું આ શક્ય છે? સિદ્ધાંતોના દૃષ્ટિકોણથી, ચાતુર્વર્ણ એ ગ્રીક ફિલસૂફ પ્લેટોના વર્ગ સિદ્ધાંતની સામાજિક વ્યવસ્થા સાથે ખૂબ જ સમાન છે. પ્લેટો અનુસાર, સ્વભાવથી મનુષ્ય ત્રણ વર્ગોમાં વહેંચાયેલો છે. એટલે કે કુદરતી રીતે મનુષ્યો ત્રણ પ્રકારના હોય છે. તેમનું માનવું હતું કે કેટલાક લોકોમાં માત્ર ભૂખ અને ઈચ્છાઓ જ મહત્વની હોય છે. પ્લેટોએ આ લોકોને કામદાર વર્ગ અને વેપારી વર્ગમાં રાખ્યા. બીજા પ્રકારના લોકોમાં પેટ ભરવાના સ્વભાવની સાથે સાથે બહાદુર સ્વભાવ પણ દેખાતો હતો. પ્લેટોએ આવા લોકોને રાષ્ટ્રના રક્ષકો અને દેશની આંતરિક શાંતિના રક્ષકોની શ્રેણીમાં મૂક્યા છે. કેટલાક અન્ય પ્રકારના લોકો હતા જેમણે વસ્તુઓની મૂળભૂત પ્રકૃતિ એટલે કે સત્યને સમજવાની ક્ષમતા દર્શાવી હતી. તેમણે આવા લોકોને જનતા માટે કાયદો બનાવનારાઓની શ્રેણીમાં મૂક્યા. જે આધાર પર પ્લેટોના પુસ્તક રિપબ્લિકની, જે આ પ્રકારનું સામાજિક વર્ગીકરણ બનાવે છે, તેની ટીકા કરવામાં આવે છે, તે જ આધાર પર આર્ય સમાજ ચાતુર્વર્ણની પણ ટીકા કરવામાં આવે છે કારણ કે તેનાથી એવું માનવામાં આવે છે કે માનવ સમાજને ચાર સ્પષ્ટ વર્ગોમાં વહેંચી શકાય છે.

પ્લેટો સામેની મુખ્ય ટીકા એ હતી કે માણસ અને તેની શક્તિઓ વિશેની તેની માન્યતાઓ ખૂબ જ ઉપરછલ્લી હતી અને તેણે તમામ લોકોને નિર્જીવ લોકોની જેમ ત્રણ સંપૂર્ણપણે અલગ કેટેગરીમાં વહેંચવાનો પ્રયાસ કર્યો હતો. પ્લેટો કલ્પના કરી શક્યા ન હતા કે દરેક મનુષ્યની લાક્ષણિકતાઓ દરેક માનવીથી અલગ હોય છે, તે બધા તેમની ક્ષમતાઓમાં એકબીજાથી અલગ હોય છે અને મોટાભાગના લોકો પોતાનામાં એક કેટેગરી અથવા વર્ગ હોય છે. પ્લેટોને ખબર ન હતી કે દરેક વ્યક્તિની પોતાની વિશેષતાઓ હોય છે, દરેક વ્યક્તિની અન્ય સાથે તેની પોતાની સરખામણી હોય છે અને દરેક વ્યક્તિની પોતાની શ્રેણી હોય છે. પ્લેટો એ પણ સ્વીકારતો નથી કે માણસ અસંખ્ય ભિન્નતાનો ભંડાર તેમજ અનેક વૃત્તિઓનો સંગ્રહ છે. લોકોની માનસિક શક્તિ નિશ્ચિત ક્ષમતા ધરાવે છે તેવી તેમની માન્યતા પણ સાચી ન હતી. આધુનિક વિજ્ઞાને પણ સાબિત કર્યું છે કે લોકોને અમુક વર્ગોમાં વિભાજિત કરવું

એ સંપૂર્ણપણે કૃત્રિમ છે અને એક એવો વિચાર છે જે વિચારવા યોગ્ય નથી કારણ કે લોકોના સ્વભાવ અને ગુણોમાં તફાવત હોવાને કારણે, તેમના ઉપયોગના દૃષ્ટિકોણથી તેમને વર્ગોમાં વિભાજિત કરવું તે ખૂબ જ નકામું છે. આથી રિપબ્લિક ઓફ ધ પ્લેટ્સનો વિચાર નિષ્ફળ ગયો. આ જ કારણસર ચાતુર્વર્ણ પણ નિષ્ફળ જશે, કારણ કે કહેવાતા વર્ગોને કારણે મનુષ્યને વિવિધ વર્ગોમાં બાંધીને રાખવું શક્ય નથી. એ વાત સાચી છે કે શરૂઆતના ચાર વર્ગો હવે ચાર હજાર જ્ઞાતિઓ બની ગયા છે અને આ સાબિત કરે છે કે લોકોને બરાબર ચાર ચોક્કસ શ્રેણીઓમાં વર્ગીકૃત કરવું શક્ય નથી.

ચાતુર્વર્ણ પ્રણાલીની સ્થાપનાના માર્ગમાં ત્રીજી સમસ્યા છે, તે માન્ય છે, પરંતુ તેને જાળવી રાખવું કેવી રીતે શક્ય બનશે? તેને સફળતાપૂર્વક ચલાવવા માટે ‹દંડ પ્રણાલી› અમલમાં મૂકવી ખૂબ જ જરૂરી છે જે નિયમો પ્રમાણે ચાતુર્વર્ણ વ્યવસ્થા જાળવી શકે. ચાતુર્વર્ણ પ્રણાલીમાં હંમેશા લોકોએ પોતપોતાના વર્ગની સીમાઓ તોડવાની સમસ્યાનો સામનો કરવો પડશે. જો વર્ગની સીમાઓ ઓળંગવાની ભૂલ માટે સજાની જોગવાઈ નથી, તો લોકો પોતપોતાના વર્ગની સીમાઓથી બંધાયેલા રહેશે નહીં. તે

માનવીય સ્વભાવથી વિપરિત પ્રણાલીને કારણે આ આખી વ્યવસ્થા પડી ભાંગશે અને પાયાના સદ્ગુણો હોવા છતાં ચાતુર્વર્ણ વ્યવસ્થા ટકી શકશે નહીં. કાયદા દ્વારા જ આનો અમલ થઈ શકે છે. કાયદાની મદદ વિના, ચાતુર્વર્ણ પ્રણાલીના આદર્શને વ્યવહારિક ધોરણે વાસ્તવિકતામાં રૂપાંતરિત કરી શકાતું નથી અને રામાયણમાં રામ દ્વારા શમ્બુકની હત્યા એ સાબિત કરે છે. તેનો અર્થ એ છે કે તેના વર્ગની સીમાઓ તોડનારને સજા કરવી જરૂરી છે. કેટલાક લોકો આ માટે રામને દોષી ઠેરવે છે કારણ કે તેણે શમ્બુકને કારણ વગર અને ખોટી રીતે (અવૈચ્છિક રીતે) માર્યો હતો. પરંતુ શમ્બુકને મારવા માટે રામને દોષી ઠેરવવાનો અર્થ એ છે કે સમગ્ર મામલાની ગેરસમજ કરવી, તે મૂંઝવણને કારણે છે. રામનું સામ્રાજ્ય ચાતુર્વર્ણ પ્રણાલી પર આધારિત હતું અને રાજા હોવાને કારણે રામને આ વ્યવસ્થાને અમલમાં રાખવાની ફરજ પડી હતી. તેથી, શમ્બુકને મારવાનું રામનું કર્તવ્ય હતું કારણ કે શમ્બુક, જાતિ દ્વારા શૂદ્ર, તેની જાતિની સીમાઓ તોડીને બ્રાહ્મણ બનવા માંગતો હતો. રામે શમ્બુકને મારવાનું કારણ આ જ હતું. પરંતુ આનાથી સાબિત થાય છે કે ચાતુર્વર્ણ વ્યવસ્થા જાળવવા માટે કાયદાની તાકાત (શિક્ષા પ્રણાલી) હોવી જરૂરી છે. આ માટે માત્ર દંડ પ્રણાલી જ નહીં પણ મૃત્યુદંડની જોગવાઈ પણ જરૂરી છે. આ કારણથી રામે શમ્બુકને મૃત્યુદંડથી ઓછી કોઈ સજા આપી

ન હતી. આ જ કારણ છે કે ‹મનુસ્મૃતિ› વેદ વાંચનાર શૂદ્રની જીભ કાપી નાખવા અને પીગળેલા કાચથી સાંભળનાર શૂદ્રના કાન ભરવા જેવી કડક સજા આપવાનો આદેશ આપે છે. જેઓ ચાતુર્વર્ણ પ્રણાલીની તરફેણમાં છે તેઓએ લોકોને સમજાવવું પડશે કે તેઓ સમાજમાં લોકોને સફળતાપૂર્વક વર્ગીકૃત કરી શકે છે અને વીસમી સદીના આ આધુનિક સમાજમાં મનુસ્મૃતિની દંડ પ્રણાલીનો અમલ કરવામાં તેઓ સફળ થઈ શકે છે.

ચાતુર્વર્ણ પ્રણાલીની તરફેણ કરનારાઓએ એ પણ વિચાર્યું ન હતું કે આ વ્યવસ્થામાં સ્ત્રીઓની શું સ્થિતિ હશે. શું સ્ત્રીઓને પણ બ્રાહ્મણ, ક્ષત્રિય, વૈશ્ય અને શુદ્રની શ્રેણીમાં વહેંચવામાં આવશે? કે પછી તેઓને પણ સામાજિક દરજ્જામાં તેમના પતિ સમાન ગણવામાં આવશે? અને જો લગ્ન પછી સ્ત્રીનો સામાજિક દરજ્જો બદલાય છે, તો પછી મૂલ્યના આધારે સમાજમાં વ્યક્તિનું સ્થાન નક્કી કરતી ચતુર્વર્ણ પદ્ધતિના નિયમોનું શું થશે? એટલે કે શું વ્યક્તિનો દરજ્જો તેના ગુણોના આધારે હોવો જોઈએ? જો તેઓને તેમના ગુણોના આધારે વર્ગીકૃત કરવામાં આવે તો તે વાસ્તવિક હશે કે નજીવા? જો તે માત્ર નામ હોય તો તે નકામું છે અને પછી જે લોકો ચાતુર્વર્ણ વ્યવસ્થાની તરફેણ કરે છે તેઓએ સ્વીકારવું પડશે કે તેમની સિસ્ટમ સ્ત્રીઓને લાગુ પડતી નથી. જો તે વર્ગીકરણ વાસ્તવિક છે, તો પછી શું ચાતુર્વર્ણના સમર્થકો સ્ત્રીઓ પર આ સિસ્ટમ લાગુ કરવાના તાર્કિક પરિણામોને સ્વીકારવા અને સમજવા તૈયાર થશે? પછી તેઓએ મહિલાઓને પૂજારી અને સૈનિક તરીકે સ્વીકારવા તૈયાર રહેવું પડશે. હિંદુ સમાજે મહિલાઓને શિક્ષિકા અને બેરિસ્ટર વકીલ તરીકે સ્વીકારી છે અને હવે સમાજને તેની આદત પડી ગઈ છે. કદાચ ભવિષ્યમાં સમાજ મહિલાઓને દારૂ બનાવનાર અને કસાઈ તરીકે પણ સ્વીકારશે. પરંતુ જે પુરુષ સ્ત્રીને પુરોહિત અને સૈનિક તરીકે સ્વીકારે છે તે ખૂબ બહાદુર હોવો જોઈએ. પરંતુ સ્ત્રીઓ પર ચાતુર્વર્ણ પ્રણાલી લાગુ કરવાનું આ તાર્કિક પરિણામ હશે. આટલી બધી મુશ્કેલીઓ હોવા છતાં, જન્મજાત મૂર્ખ વ્યક્તિ સિવાય કોઈ પણ સમજદાર વ્યક્તિ ક્યારેય વિશ્વાસ કરી શકતો નથી અને આશા રાખી શકતો નથી કે ચાતુર્વર્ણ પ્રણાલીને પુનર્જીવિત કરી શકાય છે.

■

17.

એક એવી વ્યવસ્થા જે સમાજને લકવાગ્રસ્ત કરે છે અને તેને લગભગ મૃત બનાવે છે

જો તે સ્વીકારવામાં આવે કે ચાતુર્વર્ણ્ય પ્રણાલી વ્યવહારુ છે એટલે કે તેનો ઉપયોગ કરી શકાય છે, તો પણ હું ભારપૂર્વક કહીશ કે તે સૌથી દુષ્ટ પ્રણાલી છે. બ્રાહ્મણોએ જ્ઞાની હોવું જોઈએ, ક્ષત્રિયોએ શસ્ત્રો ધારણ કરવા જોઈએ, વૈશ્ય એટલે કે વેપારીઓએ વેપાર કરવો જોઈએ અને શુદ્રોએ તેમની સેવા કરવી જોઈએ. એવું લાગે છે કે આ શ્રમના વિભાજનની સિસ્ટમ છે. એક રસપ્રદ પ્રશ્ન એ છે કે શુદ્રને અન્ય કોઈ કામ કરવાની ફરજ ન પાડવાના ઈરાદાથી આ વ્યવસ્થામાં આવી જોગવાઈઓ કરવામાં આવી છે કે પછી શુદ્રને આ સિવાય અન્ય કોઈ કામ કરવાની છૂટ નથી તે બતાવવાનો માત્ર પ્રયાસ છે? ચતુર્વર્ણના સમર્થકો પ્રથમ મુદ્દામાં આનો સમાવેશ કરે છે, તેઓ કહે છે કે જ્યારે ઉપરોક્ત ત્રણ વર્ણોના લોકો શુદ્રોને ટેકો આપવા માટે છે, તો પછી તેણે સંપત્તિ કમાવવાની અને એકઠી કરવાની શું જરૂર છે? એ જ રીતે વાંચન-લેખનનું કામ બ્રાહ્મણો કરી શકતા હોય તો શુદ્રને શિક્ષણ મેળવવાની શું જરૂર છે. આ ઉપરાંત શૂદ્રની રક્ષા માટે ક્ષત્રિય હોય ત્યારે તેણે શસ્ત્રો રાખવાની પણ શી જરૂર? ચાતુર્વર્ણના અર્થના આવા અર્થઘટન અથવા સિદ્ધાંતના આધારે, એવું કહી શકાય કે શુદ્ર એ એક સુરક્ષિત વર્ગ (વોર્ડ) છે જેના પર ત્રણેય વર્ણોનું સંરક્ષણ છે.

આ અર્થમાં, ચાતુર્વર્ણ્ય પદ્ધતિ એક સરળ, ઉન્નત અને આકર્ષક

પ્રણાલી છે. માની લઈએ કે ચાતુર્વર્ણ પ્રણાલીના સિદ્ધાંત પાછળની આ સાચી માન્યતા છે, છતાં પણ આ પ્રણાલી અનિચ્છા અને મૂર્ખતાથી મુક્ત નથી. જો બ્રાહ્મણો, ક્ષત્રિયો અને વૈશ્યો તેમની ધાર્મિક ફરજો અથવા આજ્ઞાઓનું પાલન કરવાનું બંધ કરે તો શું થશે? તેનાથી વિપરિત, જો તેઓ તેમની ફરજો યોગ્ય રીતે બજાવે છે પરંતુ જાણીજોઈને એકબીજા વર્ગ અથવા શુદ્રો પ્રત્યેની તેમની ફરજો નિભાવવાનો ઇનકાર કરે છે તો શું? જો આ ત્રણ વર્ણો યોગ્ય શરતો પર શુદ્રોને મદદ અને રક્ષણ ન કરે અથવા ત્રણેય મળીને શુદ્રોનું આર્થિક શોષણ કરે તો શું થશે? ત્રણેએ મળીને શુદ્રોને પોષવાને બદલે તેમને દબાવવાનું કામ કર્યું તો પછી શું થશે? જો બ્રાહ્મણો ક્ષત્રિયો, વૈશ્ય કે શુદ્રોની સાદગી અને અજ્ઞાનનો લાભ લેવાનો પ્રયત્ન કરશે તો તેમના હિતોનું રક્ષણ કોણ કરશે? જો ક્ષત્રિય લોકો સમાજને લૂંટવા માંડે તો શુદ્રોની સાથે બ્રાહ્મણો અને વૈશ્યોનું રક્ષણ કોણ કરશે? સમાજમાં એક વર્ગ બીજા વર્ગ પર નિર્ભર રહે તે જરૂરી છે. કેટલીકવાર એક વર્ગને બીજા પર નિર્ભર રહેવાની છૂટ હોય છે, પરંતુ તેની આવશ્યક અને મહત્વપૂર્ણ જરૂરિયાતો માટે શા માટે બીજા પર નિર્ભર રહેવું જોઈએ? આ માટે સમાજની દરેક વ્યક્તિ શિક્ષિત હોવી જોઈએ, દરેક વ્યક્તિ પાસે પોતાનું રક્ષણ કરવાની સાધના હોવી જોઈએ અને પોતાની સુરક્ષા કરવાની ક્ષમતા વિકસાવવી જોઈએ. દરેક વ્યક્તિ માટે પોતાનું અસ્તિત્વ ટકાવી રાખવું ખૂબ જ જરૂરી છે. એક અભણ અને નિઃશસ્ત્ર વ્યક્તિ એ હકીકતથી શું રક્ષણ અથવા મદદ મેળવી શકે છે કે તેનો પાડોશી શિક્ષિત, વિદ્વાન અને સશસ્ત્ર છે? આમ આ સમગ્ર સિદ્ધાંત વાહિયાત છે. આ એવા કેટલાક પ્રશ્નો છે જેના પર ચતુર્વર્ણના સમર્થકો ક્યારેય વિચારતા નથી કે ચિંતા કરતા નથી, પરંતુ આ પ્રશ્નો વિશે વિચારવું ખૂબ જ જરૂરી છે. જો એમ માની લેવામાં આવે કે આ પ્રણાલીમાં વિવિધ વર્ગોમાં આશ્રયદાતાનો તફાવત છે. વાલીઓ અને વોર્ડનો સંબંધ છે એટલે કે એકબીજા પ્રત્યે મદદ અને રક્ષણ. જો આવી વાત કરવામાં આવે તો એ સ્વીકારવું રહ્યું કે આ વ્યવસ્થામાં રક્ષક વર્ગના દુષ્કૃત્યોને દોષી ઠેરવવામાં આવે છે. સંરક્ષિત વર્ગના હિતોના રક્ષણ માટે કોઈ વ્યવસ્થા કરવામાં આવી નથી. જો ચાતુર્વર્ણના

રક્ષક અને સંરક્ષણનો વિચાર ધ્યાનમાં લેવામાં આવ્યો હોય તો પણ તેમાં એવી કોઈ શક્યતા નથી કે વ્યવહારમાં તે માસ્ટર અને નોકરનો સંબંધ હતો.

જોકે બ્રાહ્મણ, ક્ષત્રિય અને વૈશ્ય વર્ગના લોકો તેમના પરસ્પર સંબંધોમાં ખુશ ન હતા, તેમ છતાં કોઈક રીતે અમે આ કરાર સાથે સંચાલન કરવામાં સફળ થયા. બ્રાહ્મણે ક્ષત્રિયની ખુશામત કરીને તેને

મૂર્ખ બનાવ્યો અને તે બંનેએ વૈશ્યને જીવવા દીધો જેથી તેઓ તેના આધારથી આરામથી જીવી શકે અને વૈશ્યને તેના પર નિર્ભર કર્યા. પણ આ ત્રણેએ મળીને નક્કી કર્યું કે શુદ્રને દરેક પરિસ્થિતિમાં નીચો ઠેરવવો. શૂદ્રોને ભૌતિક સંપત્તિ, સંપત્તિ એકઠી કરતા અટકાવવામાં આવ્યા હતા. તેને સંપત્તિ ભેગી કરવાથી અટકાવવામાં આવ્યો હતો જેથી તે ત્રણેય વર્ણ માટે મુક્ત ન થાય. તેને શિક્ષિત થતા, તેને જાણકાર બનતા અટકાવવામાં આવ્યો જેથી તે પોતાના અધિકારો વિશે જાગૃત ન થઈ શકે. શુદ્રોને શસ્ત્રો રાખવાની મનાઈ હતી જેથી તેઓ આ ત્રણ વર્ણોના શોષક ન બને, સિસ્ટમ સામે બળવો ન કરે. મનુએ બનાવેલા કાયદા આનો પુરાવો છે કે ત્રણ વર્ણના લોકો દ્વારા શુદ્રો સાથે આવું વર્તન કરવામાં આવતું હતું. મનુના કાયદા કરતાં વધુ કુખ્યાત કાયદાનું કોઈ માર્ગદર્શિકા નથી. સામાજિક અત્યાચાર અને જુલમનું કોઈપણ ઉદાહરણ તેની સરખામણીમાં નિસ્તેજ પડશે. આ સામાજિક દુષ્ટતાને આ વર્તનનો ભોગ બનેલા મોટા ભાગના લોકોએ કેમ સહન કરી?

વિશ્વના અન્ય દેશોમાં સામાજિક ક્રાંતિ થતી રહી છે પરંતુ આ પ્રશ્ન મને સતત સતાવે છે કે ભારતમાં સામાજિક ક્રાંતિ કેમ ન થઈ? અને આનો એક જ જવાબ છે કે, ચતુર્વર્ણ જેવી નીચ પ્રણાલીને કારણે હિંદુ સમાજનો સૌથી નીચો વર્ગ જુલમ સામે બળવો કરવા સક્ષમ નથી રહ્યો. તેઓ શસ્ત્રો રાખી શકતા ન હતા અને શસ્ત્રો વિના તેઓ બળવો કરી શકે તેવી સ્થિતિમાં ન હતા. તે બધા ખેડુતો હતા. અથવા તેના બદલે તેઓને આમ કરવાની ફરજ પડી હતી. તેઓને ક્યારેય તેમના હળને તલવારોમાં રૂપાંતરિત કરવાની મંજૂરી આપવામાં આવી ન હતી. તેમની પાસે કોઈ બંદૂક કે બેયોનેટ નહોતા, તેથી જ્યારે કોઈ ઈચ્છે ત્યારે તેઓ શૂદ્ર પર હુમલો કરી શકે છે.

ચતુર્વર્ણને લીધે તેઓ કોઈ શિક્ષણ લઈ શક્યા નહિ અને તેથી અભણ રહ્યા. તેઓ તેમની મુક્તિનો માર્ગ શોધી શક્યા નહીં. તેની પાસે આ વિશે વિચારવાની ક્ષમતા નહોતી. તેઓને નીચા રહેવાની ફરજ પડી હતી. આવી સિસ્ટમમાંથી છૂટકારો મેળવવાનો માર્ગ જાણતા ન હોવાથી અને તેમાંથી છૂટકારો મેળવવાના સાધન ન હોવાથી, તેઓએ આખરે હાર માની લીધી અને તેમના અનિવાર્ય ભાગ્યને સ્વીકાર્યું. અને તેઓએ આ શાશ્વત ગુલામીને તેમના ભાગ્ય તરીકે સ્વીકારી, જેમાંથી છૂટકારો મેળવવો બિલકુલ શક્ય ન હતો.

એ વાત સાચી છે કે યુરોપમાં પણ શક્તિશાળી લોકોએ નબળાઓનું શોષણ કરવામાં અને તેમને બરબાદ કરવામાં કોઈ કસર છોડી ન હતી, પરંતુ યુરોપમાં બળવાન લોકોએ ભારતના હિંદુઓની જેમ નિર્લજ્જતાથી

નબળાનું શોષણ કર્યું નથી. યુરોપમાં મજબૂત અને નબળા લોકો વચ્ચે ભયંકર યુદ્ધો થતા રહ્યા છે પરંતુ ભારતમાં આવું થઈ શક્યું નથી.

આ હોવા છતાં, યુરોપમાં નબળા વર્ગના લોકોને સૈન્યમાં રોજગાર, ભૌતિક શસ્ત્રો, મુશ્કેલીમાં રાજકીય શસ્ત્રો અને શિક્ષણના રૂપમાં નૈતિક આચરણના શસ્ત્રો મેળવવાની હંમેશા સ્વતંત્રતા હતી. સ્વતંત્રતા હાંસલ કરવા માટે, યુરોપમાં શક્તિશાળી લોકોએ ક્યારેય નબળા લોકો પાસેથી ત્રણેય શસ્ત્રો છીનવી લીધા નહીં. પરંતુ ભારતમાં, આ ત્રણ શસ્ત્રો ચતુર્વર્ણ દ્વારા નીચલા વર્ગના નબળા લોકો માટે પ્રતિબંધિત હતા. ચાતુર્વર્ણથી વધુ અપમાનજનક અને ધૃણાજનક કોઈ સમાજ વ્યવસ્થા હોઈ જ ન શકે. આ સિસ્ટમ લોકોને લગભગ મૃત, લકવાગ્રસ્ત અને અપંગ બનાવે છે જેથી વ્યક્તિ કોઈપણ કામ અથવા હલનચલન માટે પણ અસમર્થ બની જાય છે. આમાં અતિશયોક્તિ નથી. ઇતિહાસમાં આના ઘણા પુરાવા છે. ભારતીય ઈતિહાસમાં એક જ યુગ એવો હતો જેને સ્વતંત્રતા, મહાનતા અને કીર્તિનો યુગ કહી શકાય અને તે યુગ હતો મૌર્ય સામ્રાજ્યનો. બાકીના શાસનકાળ દરમિયાન આ દેશ અંધકાર અને હારનું દુ:ખ સહન કરતો રહ્યો. મૌર્ય યુગ એકમાત્ર એવો યુગ હતો જેમાં ચાતુર્વર્ણનો સંપૂર્ણ નાશ થયો હતો. એ જ સમયગાળામાં, શુદ્ર લોકો પોતાની મેળે આગળ આવ્યા, દેશના શાસકો બન્યા અને ભવ્ય શાસન કર્યું. ભારતીય ઈતિહાસમાં અંધકાર અને પરાજયનો એ યુગ હતો જ્યારે દેશના મોટાભાગના વિસ્તારોમાં ધૃણાસ્પદ અને હલકી કક્ષાની ચાતુર્વર્ણ પ્રણાલીનો અભિશાપ ફેલાયો હતો અને દેશની વસ્તીના એક મોટા વર્ગને તે દુ:ખથી બરબાદ કરી નાખ્યો હતો.

■

18.

જાતિઓ વચ્ચે પરસ્પર વૈમનસ્ય અને દુશ્મનાવટ

ચાતુર્વર્ણ્ય એ નવી વ્યવસ્થા નથી. તે વેદોની જેમ પ્રાચીન છે. આ એક કારણ છે જેના આધારે આર્યસમાજીઓ આપણને આ વ્યવસ્થા પર વિચાર કરવા કહે છે. ચાતુર્વર્ણ્યનો ઉપયોગ અગાઉ પણ એક સામાજિક વ્યવસ્થા તરીકે તપાસ કરવા માટે કરવામાં આવ્યો છે પરંતુ તે પ્રયાસ નિરર્થક સાબિત થયો છે. ઈતિહાસમાં ઘણી વખત બ્રાહ્મણોએ ક્ષત્રિયોનો નાશ કરીને તેમને ક્ષત્રિય મુક્ત બનાવ્યા છે અને ઘણી વખત ક્ષત્રિયોએ બ્રાહ્મણોનો નાશ કર્યો છે. ‹મહાભારત› અને ‹પુરાણો› બ્રાહ્મણો અને ક્ષત્રિયો વચ્ચેના આવા યુદ્ધોની ઘટનાઓથી ભરેલા છે. રસ્તામાં મળે ત્યારે બ્રાહ્મણો અને ક્ષત્રિયોમાંથી કોને પહેલા નમસ્કાર થાય અને કોણ બીજાને પહેલા રસ્તો આપે એવી નજીવી અને ક્ષુલ્લક બાબતો પર આ બંને વચ્ચે ઝઘડા થતા. એટલું જ નહીં, એક સમયે બ્રાહ્મણોને ક્ષત્રિયોની આંખો ગમતી ન હતી અને ક્ષત્રિયોને બ્રાહ્મણો પસંદ નહોતા. એવું લાગતું હતું કે ક્ષત્રિયો સરમુખત્યાર અને અત્યાચારી બની ગયા છે અને ચાતુર્વર્ણ્ય વ્યવસ્થા હેઠળના દુ:ખી અને લાચાર લોકો અત્યાચારી અને સરમુખત્યારશાહીમાંથી મુક્તિ મેળવવા માટે ભગવાનને પ્રાર્થના કરી રહ્યા છે. ‹ભાગવત પુરાણ›માં સ્પષ્ટપણે કહેવામાં આવ્યું છે કે કૃષ્ણએ માત્ર એક જ પવિત્ર અને ધાર્મિક હેતુ માટે અવતાર લીધો હતો અને તે ક્ષત્રિયોનો નાશ કરવાનો હતો. આપણી સમક્ષ વિવિધ વર્ગો વચ્ચેના આટલા પરસ્પર વૈમનસ્ય અને દુશ્મનાવટના આ ઉદાહરણો સાથે, મને નથી લાગતું કે હિંદુ સમાજના પુનઃનિર્માણ માટે કોઈ પણ ચાતુર્વર્ણ્ય પદ્ધતિને આદર્શ તરીકે રજૂ કરી શકે.

■

19.

બિન-હિન્દુઓમાં જાતિ વ્યવસ્થા

મેં એવા લોકો વિશે વાત કરી છે જેઓ તમારા જાતપાત તોડક મંડળ સાથે નથી અને જેઓ તમારા આદર્શોના ખુલ્લા વિરોધમાં છે. કેટલાક લોકો એવા હોય છે જે ન તો તમારી સાથે હોય છે અને ન તો તમે તેમની સાથે હો છો. હું અચકાતો હતો કે મારે તેમના મંતવ્યો અને દૃષ્ટિકોણ પર મારા વિચારો વ્યક્ત કરવા જોઈએ કે નહીં. પરંતુ ફરી વિચાર કર્યા પછી, હું એ નિષ્કર્ષ પર આવ્યો કે મારે તેમના વિશે પણ મારા વિચારો વ્યક્ત કરવા જોઈએ. આના બે કારણો છે. સૌપ્રથમ, જ્ઞાતિની સમસ્યા પ્રત્યે તેમનું વલણ અને વર્તન માત્ર તટસ્થ નથી, પરંતુ લક્ષ્ય તટસ્થતાની ભાવના પણ ધરાવે છે. બીજું કારણ એ છે કે આ લોકો મોટી સંખ્યામાં છે. આમાં એક એવો વર્ગ છે જેને હિંદુઓની જાતિ વ્યવસ્થામાં ન તો કંઈ અજુગતું લાગે છે કે ન તો ધૃણાસ્પદ. આવા હિન્દુ લોકો મુસ્લિમ, શીખ અને ખ્રિસ્તી સમાજના ઉદાહરણો આપે છે અને તેઓ ખુશ છે કે તેમની વચ્ચે પણ જાતિઓ છે. આ પ્રશ્નનો વિચાર કરવા માટે, તમારે શરૂઆતથી જ ધ્યાનમાં રાખવું જોઈએ કે માનવ સમાજ ક્યાંય એક નથી, સમાજ હંમેશા બહુવચનમાં રહ્યો છે, એટલે કે તે બહુવચન સ્વરૂપમાં રહ્યો છે. વિશ્વના માનવસમાજમાં વ્યક્તિ એક તરફ છે અને સમાજ બીજી બાજુ કે સરહદે છે. આ બે સીમાઓ વચ્ચે તમામ પ્રકારની સામાજિક સંસ્થાઓ, પરિવારો, મિત્ર મંડળો, સહકારી મંડળીઓ, વેપારી જૂથો, રાજકીય પક્ષો અને ચોર-લૂંટારાઓની ટોળકી, વધુ કે ઓછી સંખ્યામાં કે નાની કે મોટી તમામ પ્રકારની છે. આ નાના જૂથો સામાન્ય રીતે ચુસ્તપણે ગૂંથેલા હોય છે અને કેટલીકવાર જાતિઓ જેટલી જ અલગતા અને અલગ ઓળખને પસંદ કરે છે. તેમના વિચારો અને કાર્યપ્રણાલી ખૂબ જ સંકુચિત હોય છે

જે ક્યારેક અસામાજિક હોય છે. આ યુરોપ અને એશિયાના દરેક સમાજને લાગુ પડે છે. સમાજ એક આદર્શ સમાજ છે કે નહીં તે નક્કી કરવા માટે, તે જૂથોમાં વહેંચાયેલું છે કે નહીં તે જાણવું જોઈએ નહીં, કારણ કે વર્ગો બધા સમાજમાં અસ્તિત્વ ધરાવે છે. આદર્શ સમાજ નક્કી કરવા માટે જે પ્રશ્નો પૂછવા જોઈએ તે એ છે કે તે સમાજના વિવિધ જૂથોને સભાનપણે અને સમાન રીતે કેટલા અને કયા પ્રકારના લાભો આપવામાં આવે છે? તે સમાજના અન્ય સમાજો સાથેના સામાજિક સંબંધો કેટલા મજબૂત છે, પરસ્પર સંબંધો કેવા છે અને તેઓ અન્ય સમાજો સાથે સંપૂર્ણ સ્વતંત્ર રીતે કેટલી હદે કામ કરી રહ્યા છે?

શું તે સમાજના વિવિધ જૂથો, વર્ગો અને જાતિઓને સંગઠિત કરનારી શક્તિઓ તેમને વિભાજીત કરનારી શક્તિઓ કરતાં મોટી છે? ત્યાં વર્ગોના આ સામૂહિક જીવનને શું સામાજિક મહત્વ આપવામાં આવે છે? શું આ કેવળ રિવાજ કે સગવડનો મામલો છે કે ધાર્મિક મુદ્દો છે? આ પ્રશ્નોને ધ્યાનમાં રાખીને નક્કી કરવું જોઈએ કે હિન્દુ સમાજની જાતિ

બિન-હિન્દુ સમાજની જાતિ વ્યવસ્થા સમાન છે કે નહીં? જો આપણે એક તરફ મુસ્લિમ, શીખ અને ખ્રિસ્તીઓની જ્ઞાતિઓ અને બીજી તરફ હિંદુઓની જાતિઓ વિશેના વિચારોના માપદંડો પર નજર નાખીએ, તો આપણને ખબર પડશે કે બિન-હિંદુ સમાજની જાતિ વ્યવસ્થા હિંદુ સમાજની જાતિ પ્રથાથી ઘણી અલગ છે. પહેલું કારણ એ છે કે હિંદુ સમાજમાં વિવિધ જ્ઞાતિના લોકોને એક સાથે બાંધવા માટે કોઈ તત્વ કે લાગણી નથી, જ્યારે બિન-હિન્દુ સમાજમાં એવી ઘણી વસ્તુઓ અને સંબંધો છે જે તેમને એક સાથે રાખે છે અને એકતામાં બાંધે છે. કોઈપણ સમાજની શક્તિ પરસ્પર ક્રિયાપ્રતિક્રિયાના મુદ્દાઓ અને સમાજમાં હાજર વિવિધ જાતિઓ અને વર્ગો વચ્ચે સંપર્ક અને વિનિમયની શક્યતાઓ પર આધારિત છે. ફિલોસોફર કાર્લાઈલે તેમને ‹ઓર્ગેનિક ફિલામેન્ટ્સ› એટલે કે લવચીક તંતુઓનું નામ આપ્યું છે. જે રબરના દોરા કે સંબંધો જેવા હોય છે જે સમાજના તૂટેલા ભાગોને એકબીજાની નજીક લાવે છે અને એકબીજા સાથે જોડે છે. હિંદુ સમાજમાં જ્ઞાતિપ્રથાને કારણે સમાજમાં જે વિઘટન થયું છે તેને બાંધતી કોઈ શક્તિઓ નથી, જ્યારે બિન-હિન્દુ સમાજમાં આવા અનેક સ્થિતિસ્થાપક કાર્બનિક તંતુઓ છે જે એકબીજાને એકતામાં બાંધે છે. આ ઉપરાંત એ નોંધવું જરૂરી છે કે હિન્દુ સમાજની જેમ બિન-હિંદુ સમાજમાં પણ જ્ઞાતિઓ છે, પરંતુ બિન-હિંદુ સમાજમાં જ્ઞાતિને હિંદુઓમાં જે સામાજિક મહત્વ કે દરજ્જો છે તેવો નથી. કોઈ મુસ્લિમ અથવા શીખને પૂછો કે તે કોણ છે, તે તમને કહેશે કે તે મુસ્લિમ છે કે શીખ. તે તેની જ્ઞાતિ હોવા છતાં તેના જવાબમાં તેની જાતિ પણ

જણાવતો નથી, પરંતુ એકલા આ જવાબથી તમે સંતુષ્ટ છો. જ્યારે તે તમને કહે છે કે તે મુસ્લિમ છે, તો તમે તેને આગળ પૂછશો નહીં કે તે શિયા છે કે સુન્ની, શેખ છે કે સૈયદ, ખાટીક છે કે પિંજારા? જ્યારે તે કહે છે કે તે શીખ છે, તો તમે તેને પૂછતા નથી કે તે જાટ છે કે અરોરા, મઝહબી છે કે રામદાસી? પરંતુ જો કોઈ કહે કે તે હિંદુ છે, તો તમે આ જવાબથી સંતુષ્ટ નથી, તમે તેની જાતિ પૂછવા માટે મજબૂરી અનુભવો છો અને જ્યાં સુધી તમે તેની જાતિ વિશે જાણશો નહીં ત્યાં સુધી તમને શાંતિ થતી નથી. આવું કેમ છે? આ એટલા માટે છે કારણ કે હિન્દુઓ માટે જાતિનું એટલું મહત્વ છે કે તે જાણ્યા વિના તમે વિશ્વાસ કરી શકતા નથી કે તે કેવા પ્રકારનો વ્યક્તિ છે. જાતિના અવરોધો તોડવાના પરિણામોનો વિચાર કરીએ તો એ સ્પષ્ટ થાય છે કે હિન્દુ સમાજમાં જાતિનો વિશેષ પ્રભાવ બિન-હિંદુ સમાજમાં નથી. શીખ અને મુસ્લિમોમાં જાતિઓ છે, પરંતુ જો કોઈ શીખ અથવા મુસ્લિમ તેની જાતિનો નથી,

જો કોઈ સીમાઓ કે બંધનો તોડે તો તેને જાતિમાંથી બહિષ્કૃત કરવામાં આવતો નથી. સત્ય એ છે કે શીખ અથવા મુસ્લિમ સમુદાયના સામાજિક બહિષ્કાર સાથે દૂરથી કોઈ સંબંધ નથી, પરંતુ હિન્દુઓના કિસ્સામાં પરિસ્થિતિ સંપૂર્ણપણે અલગ છે. એક હિંદુ સારી રીતે જાણે છે કે જો તે જાતિના બંધન તોડે છે, તો તે ચોક્કસપણે જાતિમાંથી બહાર ફેંકાઈ જશે.

આ હિંદુઓ અને બિનહિંદુઓ માટે જાતિનું સામાજિક મહત્વ દર્શાવે છે. બંને વચ્ચેના તફાવતનું આ બીજું કારણ છે, પરંતુ ત્રીજો અને વધુ મહત્ત્વનો તફાવત પણ છે. બિન-હિન્દુ સમાજોમાં, જાતિને કોઈ ધાર્મિક પવિત્રતા હોતી નથી, પરંતુ હિંદુઓમાં, જ્ઞાતિનું ખૂબ ધાર્મિક મહત્વ છે. બિન-હિંદુઓમાં, જ્ઞાતિ એ પવિત્ર સંસ્થા નથી પરંતુ માત્ર એક રિવાજ કે પ્રથા છે તેઓ જાતિને પવિત્ર સંસ્થા માનતા નથી. તેમણે જાતિઓ બનાવી નથી તેથી તેમના માટે તે માત્ર અસ્તિત્વ છે. તેઓ જાતિને ધાર્મિક કટ્ટરતા તરીકે માનતા નથી. ધર્મ હિંદુઓને હિંદુ સમાજમાં અલગતા અને જાતિના વિભાજનને સારું ગણવા દબાણ કરે છે, પરંતુ ધર્મ બિન-હિંદુઓને આ રીતે દબાણ કરતો નથી. જો કોઈ હિંદુ જાતિ છોડવા માંગે છે અથવા સીમાઓ તોડવા માંગે છે, તો તેનો ધર્મ માર્ગમાં આવે છે અને અડચણરૂપ બને છે પરંતુ બિન-હિંદુ માટે આવું થશે નહીં. તેથી, હિંદુઓ, બિન-હિન્દુઓના જીવનમાં જાતિનું સ્થાન શું છે અને તે સમાજમાં એવા સજીવ તંતુઓ છે કે જે સામાજિક લાગણીને જ્ઞાતિની લાગણીથી ઉપર લઈ જાય છે કે નહીં તે સમજવાની જરૂર સમજ્યા વિના બિન-હિંદુઓમાં પણ જાતિઓ છે તે હિંદુઓ માટે આનાથી ખુશ થવું એ ખૂબ જ ખતરનાક

ભ્રમણા છે. હિંદુઓ આ માનસિક ભ્રમણામાંથી જેટલા વહેલા મુક્ત થાય તેટલું સારું.

હિંદુઓનો બીજો વર્ગ ભારપૂર્વક નકારે છે કે જાતિ પ્રથા હિંદુઓ માટે સમસ્યા છે. આવા લોકો સંતોષ વ્યક્ત કરે છે. તેઓ માને છે કે હિંદુઓ અત્યાર સુધી અસ્તિત્વમાં છે, તેઓ તેને હિંદુ સમાજના સતત અસ્તિત્વના પુરાવા તરીકે માને છે. પ્રો. એસ. રાધાકૃષ્ણને આ વાત તેમના પુસ્તક ‹હિન્દુ વ્યૂ ઓફ લાઈફ›માં ખૂબ જ સારી રીતે રજૂ કરી છે. હિંદુ ધર્મ વિશે તેઓ કહે છે કે હિંદુ સભ્યતા ખૂબ જ પ્રાચીન સભ્યતા છે, તેનો ઈતિહાસ ચાર હજાર વર્ષથી પણ વધુ જૂનો છે અને તે સમયે પણ આ સમાજ સભ્યતાની સ્થિતિમાં પહોંચી ગયો હતો. ત્યારથી લઈને આજ સુધી આ સભ્યતાની પ્રગતિમાં કેટલીક વાર કેટલીક અડચણો આવી છે પરંતુ તેમ છતાં તેની સંસ્કૃતિની ગતિ આજે પણ ચાલુ છે. આ ચાર-પાંચ હજાર વર્ષો દરમિયાન, આ સંસ્કૃતિએ આધ્યાત્મિક વિચારો અને અનુભવોની તાણનો સામનો કર્યો છે. જો કે ઇતિહાસની શરૂઆતથી ભારતમાં વિવિધ રાજવંશો, સંસ્કૃતિના લોકો આવતા રહ્યા છે, તેમ છતાં હિન્દુત્વની સર્વોપરિતા અકબંધ રહી છે, અને રાજકીય શક્તિઓની મદદથી લોકોનું ધર્માંતરણ કરનારા ધર્મો અને સંપ્રદાયો પણ છે.

અમે હિંદુઓને અમારા વિચારો સ્વીકારવા દબાણ કરી શકતા નથી. હિંદુ સંસ્કૃતિમાં ચોક્કસપણે કેટલીક જીવનશક્તિ છે જે અન્ય મજબૂત પ્રભાવોને તટસ્થ કરે છે. હિંદુ સભ્યતાનું વિચ્છેદન કરવું એ એવા ઝાડને કાપવા જેવું છે કે તેમાંથી રસ હજુ પણ વહે છે.

આ બાબતે પ્રો. રાધાકૃષ્ણન એક મોટું નામ છે, તેથી તેઓ જે પણ કહે છે તેમાં ગંભીરતા હોય છે અને વાચકોના મન પર ઊંડી અસર પડે છે. પણ હું મારા મનની વાત કરવામાં અચકાઈશ નહીં. મને ડર છે કે તેમનું નિવેદન ખોટી દલીલનો આધાર બની શકે છે કે અસ્તિત્વની હકીકત એ નક્કી નથી કરતી કે તે ભવિષ્યમાં ચાલુ રહેશે કે અદૃશ્ય થઈ જશે, પરંતુ પ્રશ્ન એ છે કે તે સમુદાય કયા આધારે આદર સાથે જીવી શકશે? અસ્તિત્વમાં રહેવાની ઘણી રીતો છે પરંતુ બધા સમાન રીતે આદરણીય નથી. દરેક વ્યક્તિ અને સમાજ માટે, અસ્તિત્વ ટકાવી રાખવા અને યોગ્ય રીતે જીવવા વચ્ચેનો તફાવત છે. યુદ્ધમાં સખત લડાઈ એ ગૌરવપૂર્ણ જીવન જીવવાનો એક માર્ગ છે. યુદ્ધમાં પરાજિત થવું, આત્મસમર્પણ કરવું અને કેદીનું જીવન જીવવું એ પણ જીવનનો એક માર્ગ છે. હિંદુઓ માટે તેમનો સમાજ બચી ગયો છે તેનો આનંદ અનુભવવો નકામો છે. તેઓએ વિચારવું જોઈએ કે તેમનું અસ્તિત્વ એટલે કે જીવનની ગુણવત્તા શું છે? અને જો આવો વિચાર કરવામાં આવશે તો મને ખાતરી છે કે હિંદુ

લોકો હિંદુત્વના અસ્તિત્વ પર ગર્વ કરતા બંધ થઈ જશે. હિંદુનું જીવન સતત પરાજયની વાર્તા છે અને જે તેને શાશ્વત જીવન તરીકે દેખાય છે તે એવું નથી પણ વાસ્તવમાં આવા જીવનનો સતત અંત આવી રહ્યો છે. આ એક એવી રીત છે જેનાથી કોઈપણ સમજુ હિંદુ શરમ અનુભવવામાં અને સત્ય સ્વીકારવામાં ડરશે નહીં.

20.

જ્ઞાતિવાદનો ગઢ કેવી રીતે તોડવો?

હું દ્રઢપણે માનું છું કે જ્યાં સુધી તમે તમારા સમાજનું માળખું (સામાજિક વ્યવસ્થા) નહીં બદલો ત્યાં સુધી તમે પ્રગતિ કરી શકશો નહીં, જ્યાં સુધી તમે તમારા સમાજને સ્વ-બચાવ અથવા હુમલા માટે સંગઠિત કરી શકશો નહીં. સામાજિક વ્યવસ્થા બદલ્યા વિના ન તો રાષ્ટ્રનું નિર્માણ થઈ શકે છે અને ન તો નૈતિકતા અને નીતિમત્તાનું નિર્માણ થઈ શકે છે. જ્ઞાતિ વ્યવસ્થાના પાયા પર તમે જે કંઈ પણ બાંધશો તેમાં તિરાડ પડશે, અખંડ રહી શકશે નહીં અને કદી સંપૂર્ણ નહીં બની શકશે.

માત્ર એક જ પ્રશ્ન વિચારવાનો રહે છે કે હિંદુ સમાજ વ્યવસ્થાને કેવી રીતે સુધારવી અને જાતિ પ્રથા નાબૂદ કરવી? આ સૌથી મહત્વનો પ્રશ્ન છે. આ સમસ્યા પર, કેટલાક લોકો માને છે કે જાતિ વ્યવસ્થામાં સુધારા તરફ પહેલું પગલું ભરવું જોઈએ. એટલે કે, પેટા જાતિઓ નાબૂદ થવી જોઈએ કારણ કે જાતિઓની તુલનામાં, જીવનશૈલી, વર્તન અને સ્થિતિની દ્રષ્ટિએ પેટા જાતિઓમાં વધુ સમાનતા છે, પરંતુ મારા મતે, આ ખોટી માન્યતા છે. સામાજિક રીતે, ઉત્તર અને મધ્ય ભારતના બ્રાહ્મણો દક્ષિણ ભારતીય બ્રાહ્મણો કરતાં નીચા દરજ્જાના છે. અગાઉના બ્રાહ્મણો રાંધવાનું, વહન કરવાનું અને પાણી ભરવાનું કામ કરે છે, જ્યારે દક્ષિણ ભારતીય બ્રાહ્મણો સમાજમાં ઉચ્ચ સ્થાન ધરાવે છે.

બીજી બાજુ, તેનાથી વિપરિત, ઉત્તર ભારતીય વૈશ્ય અને કાયસ્થોનું બૌદ્ધિક અને સામાજિક સ્તર દક્ષિણ ભારતીય બ્રાહ્મણો જેટલું છે. પછી ખોરાકની આદતોની બાબતમાં પણ, દક્ષિણ ભારતીય શાકાહારી બ્રાહ્મણો અને ઉત્તર ભારતીય કાશ્મીરી અને બંગાળી બ્રાહ્મણો વચ્ચે કોઈ સમાનતા

નથી કારણ કે દક્ષિણ ભારતીય બ્રાહ્મણો શાકાહારી છે અને કાશ્મીર અને બંગાળના બ્રાહ્મણો માંસાહારી છે. તેનાથી વિપરિત, ખાવા-પીવાની બાબતમાં દક્ષિણ ભારતીય બ્રાહ્મણો, ગુજરાતીઓ, મારવાડી વાણિયાઓ અને જૈનોમાં વધુ સમાનતા અને નિકટતા છે.

આમ, એક જાતિથી બીજી જાતિમાં મિશ્રણને સરળ બનાવવા માટે, ઉત્તર ભારતના કાયસ્થો અને દક્ષિણ ભારતના અન્ય બિન-બ્રાહ્મણોને દક્ષિણ અને દ્રવિડ પ્રદેશોની બિન-બ્રાહ્મણ જાતિઓ સાથે જોડવાનું સરળ અને વધુ વ્યવહારુ છે. જો કે જ્ઞાતિઓને મિશ્ર કરવામાં ઘણી મુશ્કેલીઓ છે, તેમ છતાં જો મિશ્રણ કરવામાં આવે તો પેટા જ્ઞાતિઓ એકમાં ભળી જશે તો જ્ઞાતિઓ નાબૂદ થશે તેની શું ગેરંટી છે. પેટાજાતિઓના લુપ્ત થયા પછી આ પ્રક્રિયા ચાલુ રહેવાની શક્યતા નથી.

તેનાથી વિપરિત, એવું બની શકે છે કે પેટાજાતિઓ નાબૂદ થયા પછી જ આ પ્રક્રિયા અટકી જાય. જો આવું થાય, એટલે કે જાતિઓ સુધી પહોંચ્યા પછી આ પ્રક્રિયા સમાપ્ત થઈ જાય, તો તેની આડઅસર એ થશે કે જાતિઓ વધુ શક્તિશાળી અને નુકસાનકારક (તોફાની) બની જશે. તેથી, સમસ્યાનો આ ઉકેલ વ્યવહારુ કે અસરકારક નથી. આવી સ્થિતિમાં આ ઉપાય ખોટો સાબિત થશે.

જાતિ પ્રથાને ખતમ કરવાનો બીજો ઉપાય એ છે કે જ્ઞાતિઓ વચ્ચે ખાવા-પીવાનું શરૂ કરવું. પરંતુ મારા મતે, આ ઉપાય પણ સંપૂર્ણપણે અસરકારક નથી કારણ કે કેટલીક જ્ઞાતિઓમાં આંતર-જ્ઞાતિય તહેવારો પહેલેથી જ પ્રચલિત છે પરંતુ અનુભવ દર્શાવે છે કે આ આંતર-જ્ઞાતિય તહેવારો જ્ઞાતિવાદ અને જાતપાતની લાગણી દૂર કરવામાં સફળ થઈ શક્યા નથી.

હું માનું છું કે આંતરજ્ઞાતિય લગ્ન એ જ સાચો ઉકેલ છે. સંબંધ અને પરસ્પર ભાઈચારાની લાગણી સંબંધોમાં લોહીના ભળવાથી જ પેદા થઈ શકે છે અને જ્યાં સુધી આ ભાઈચારાની લાગણી નહીં હોય ત્યાં સુધી સંબંધની લાગણી સર્વોપરી નહીં હોય, તો પછી જાતિ દ્વારા અલગતાની લાગણી, પરાયું હોવાની લાગણી, ક્યારેય નહીં જાય. હિંદુઓના સામાજિક જીવનમાં અન્ય ધર્મો કરતાં આંતર-જ્ઞાતિય લગ્નો વધુ પ્રભાવશાળી સાબિત થશે. કારણ કે જે સમાજમાં પહેલાથી જ અન્ય સંબંધોને કારણે ઘણી બધી ક્રિયાપ્રતિક્રિયા હોય છે ત્યાં લગ્ન જીવનની સામાન્ય ઘટના છે. પરંતુ જ્યાં સમાજ ટુકડાઓમાં વિભાજિત થઈ ગયો છે ત્યાં લગ્ન એકીકૃત શક્તિ તરીકે જરૂરી છે. તેથી આંતરજ્ઞાતિય લગ્ન એ આ રોગનો સાચો ઈલાજ છે. બીજી કોઈ સારવાર જાતિ વ્યવસ્થાના અનિષ્ટને નાબૂદ કરી શકતી નથી. તમારા જાતપાત તોડક જૂથે જાતિ વ્યવસ્થા પર

હુમલાનો આ માર્ગ અપનાવ્યો છે, તે સીધો અને આગળનો હુમલો છે. હું તમને અભિનંદન આપું છું કે તમે આ રોગને યોગ્ય રીતે ઓળખ્યો છે. તમે હિંદુઓને સમાજમાં અસલી ખામી શું છે તે કહેવાની હિંમત કરી છે, આ માટે હું તમને વધુ અભિનંદન આપું છું. સામાજિક જુલમ અથવા સરમુખત્યારશાહીની તુલનામાં રાજકીય જુલમ કંઈ નથી, તેથી સમાજમાં જે ખોટું છે તેનો વિરોધ કરવો અને તેનો સામનો કરવો તેમાં સરકાર સામે બળવો કરનારા રાજકારણી કરતાં વધુ હિંમત હોવી જોઈએ.

અમે કહી શકીએ કે તમે રોગની નાડ પકડી લીધી છે અને તમે એ માનવામાં સાચા છો કે જ્યારે આંતરજ્ઞાતિય ભોજન અને આંતરજ્ઞાતિય લગ્ન એક સામાન્ય રિવાજ બની જશે ત્યારે જ જ્ઞાતિવાદનો રોગ નાબૂદ થશે. તમે રોગનું મૂળ કારણ શોધી કાઢ્યું છે પરંતુ શું તમે સૂચવેલા ઉપાયથી તેનો ઈલાજ થઈ શકશે? તમે જાતને એ પણ પૂછો કે મોટા ભાગના હિંદુઓને સાથે ખાવાનું પસંદ નથી અને એકબીજા સાથે લગ્ન કરવાનું પણ નહીં, તેનું કારણ શું છે? તમારું લક્ષ્ય લોકપ્રિય ન થવાનું કારણ શું છે? આનો જવાબ એ છે કે હિંદુઓ જે સિદ્ધાંતો, માન્યતાઓ અને ધાર્મિક વિધિઓને પવિત્ર માને છે તે સિવાય, એકબીજાની વચ્ચે ખાવા-પીવા અને આંતરજ્ઞાતિય લગ્નો તેમના માટે ધૃણાસ્પદ કૃત્યો છે. જ્ઞાતિ એ ઈંટની દીવાલ કે કાંટાળા તારની વાડ જેવી ભૌતિક વસ્તુ નથી જે હિંદુઓને એકબીજા સાથે ભળતા અટકાવે છે, કે આ અવરોધ તોડી નાખવો જોઈએ. જાતિ એ એક કલ્પના, માન્યતા એટલે કે માનસિક સ્થિતિ છે, જે માનવતાનો નાશ કરનારી માનસિકતાને જન્મ આપે છે. તેથી, જાતિ નાબૂદીનો અર્થ કોઈ ભૌતિક અવરોધ દૂર કરવાનો નથી પરંતુ તેનો અર્થ વૈચારિક પરિવર્તન છે.

જાતિ વ્યવસ્થા ખરાબ હોઈ શકે છે, જાતિવાદ ઘાતક છે, તે અમાનવીય વ્યવસ્થા છે. પરંતુ એવું ન કહી શકાય કે હિંદુ લોકો જાતિ વ્યવસ્થામાં માને છે કારણ કે તેઓ ક્રૂર (અમાનવીય), ખરાબ માનસિકતાવાળા અથવા માનવતાના દુશ્મનો છે. વાસ્તવમાં તેઓ માને છે કારણ કે તેઓ ઊંડા ધાર્મિક છે. તેથી, જાતિ વ્યવસ્થામાં વિશ્વાસ કરવા માટે લોકો દોષિત નથી, મારી દૃષ્ટિએ ગુનેગાર તેમનો ધર્મ છે જેણે જાતિ વ્યવસ્થાને જન્મ આપ્યો છે. જો આ સાચું છે, તો તમારે જાતિ પ્રથાના અનુયાયીઓ સાથે જોડાવાને બદલે, તમારે હિન્દુ શાસ્ત્રોનો વિરોધ કરવો જોઈએ કારણ કે તે તેમને જાતિ આધારિત ધર્મ શીખવે છે. તેથી, હિંદુ સમાજમાં રોટલી-દીકરીનો સંબંધ ન જાળવવા માટે અથવા આંતર-જ્ઞાતિય તહેવારો અને લગ્નો ન કરવા માટે હિંદુઓની મજાક કરવી કે ટીકા કરવી એ હેતુઓ સિદ્ધ કરવા અર્થહીન અને બિનજરૂરી છે. આનો સાચો ઉપાય એ છે કે

શાસ્ત્રોમાંથી લોકોની આસ્થા અને ભાવનાઓ (પવિત્રતા) દૂર કરવી. જો તમે લોકોની ધાર્મિક માન્યતાઓ અને વિચારોને ભ્રષ્ટ કરવાનું ચાલુ રાખશો તો તમે સફળતાની અપેક્ષા કેવી રીતે રાખી શકો? શાસ્ત્રોને તેમની પવિત્રતા અને તેમના નિયમોમાં વિશ્વાસ રાખવાની પરવાનગી આપવાનો અર્થ એ છે કે તેમની સામે વાંધો ઉઠાવવો નહીં અને તમે એ જ હિન્દુઓની ટીકા કરો છો કે તેમના વિચારો અમાનવીય, અતાર્કિક છે, તો આ સામાજિક સુધારણાનો ખોટો અને અસંગત માર્ગ છે.

અસ્પૃશ્યતા નાબૂદીની ચળવળમાં જોડાયેલા મહાત્મા ગાંધી જેવા લોકોને પણ એ વાતનો ખ્યાલ નથી હોતો કે લોકોના કાર્યો અને વર્તન તેમના મનમાં શાસ્ત્રો પ્રત્યેની ધાર્મિક માન્યતાઓનું પરિણામ છે અને જ્યાં સુધી શાસ્ત્રોમાંથી તેમની શ્રદ્ધા ઊઠી ન જાય ત્યાં સુધી તેમનું વર્તન ક્યારેય બદલી શકાતું નથી. આવી સ્થિતિમાં સમાજ સુધારકોના પ્રયાસો સફળ ન થાય તો નવાઈ નહીં. અને તમારા જાતપાત તોડક સમુહના સુધારકો પણ એ જ ભૂલ કરવા જઈ રહ્યા છે, તેથી તમારા પ્રયત્નો પણ અસ્પૃશ્યતા નાબૂદ કરનારા સુધારકોની જેમ જ પરિણામ આપવાના છે. પરસ્પર મિજબાનીઓ અને આંતર-લગ્ન ચળવળો ચલાવીને અને પ્રચાર કરીને

સંગઠિત કરવું એ હિન્દુઓને બળજબરીથી ખવડાવવા જેવું છે. પરંતુ જો તમે સ્ત્રી-પુરુષોને શાસ્ત્રોની ગુલામીમાંથી મુક્ત કરો અને તેમના મનમાંથી શાસ્ત્રોની હાનિકારક અસરોને દૂર કરીને તેમના મનને સ્વચ્છ કરો, તો લોકો પોતાની મરજીથી આંતરજ્ઞાતિય તહેવારો અને આંતરજ્ઞાતિય લગ્નો ખુશીથી સ્વીકારશે, તમને પૂછ્યા વગર પણ.

બેવડી નીતિ અપનાવવામાં અને વાંકીચૂકી વાતો કરવાથી કોઈ ફાયદો નથી. લોકોને કહેવાનો કોઈ ફાયદો નથી કે શાસ્ત્રો તેઓ જે સમજે છે તે કહેતા નથી, પછી ભલે તે વ્યાકરણની રીતે વાંચવામાં આવે કે તાર્કિક રીતે અર્થઘટન કરવામાં આવે. મહત્વની બાબત એ છે કે શાસ્ત્રોને કયા અર્થમાં સ્વીકારવામાં આવે છે. તમારે ગૌતમ બુદ્ધની જેમ મક્કમ બનીને ઊભા રહેવું પડશે. ગુરુ નાનકે જે પગલાં લીધાં તે તમારે લેવા પડશે. તમારે ફક્ત શાસ્ત્રોની અવગણના કરવી પડશે નહીં, પરંતુ બુદ્ધ અને નાનકની જેમ તમારે પણ શાસ્ત્રોને ખોટા કહેવા પડશે, તેમની સત્તા અને આદેશોને નકારવા પડશે. તમારામાં હિંદુઓને કહેવાની હિંમત હોવી જોઈએ કે અસલી દોષ તમારા ધર્મનો છે, જે ધર્મે તમારામાં જાતિ પ્રથા પવિત્ર હોવાની માન્યતા પેદા કરી છે. શું તમે આટલી હિંમત એકઠી કરી શકશો?

■

21.

આખરે જ્ઞાતિ વ્યવસ્થાનો નાશ કેમ થતો નથી?

તમે તમારી સફળતાની કેટલી અપેક્ષા રાખો છો, ત્યાં ઘણા પ્રકારના સામાજિક સુધારા છે,

પ્રથમ, જે લોકોના ધાર્મિક વિચારો સાથે સંબંધિત નથી પરંતુ સંપૂર્ણ રીતે ધાર્મિક છે.

જ્યારે નિષ્ક્રિયકરણ સામાન્ય સમસ્યાઓમાંથી થાય છે, ત્યારે કેટલાક સુધારા ધાર્મિક વિચારો અથવા ધર્મ-વિશિષ્ટ પર આધારિત હોય છે. આવા સુધારાના વધુ બે પ્રકાર છે. આ સુધારામાંનો એક તે લોકોએ મૂળ ધર્મમાં પાછા આવવું જોઈએ અને તેનું પાલન કરવું જોઈએ. જેઓએ ધર્મ છોડી દીધો હતો તેમને જોડાવા આમંત્રણ આપે છે. બીજો સુધારો માત્ર ધાર્મિક જ નહોતો. તે નિયમો પર અસરકારક છે પરંતુ તે નિયમોની વિરુદ્ધ પણ છે. તેમના સમર્થકો લોકોને ધાર્મિક સિદ્ધાંતોનું પાલન ન કરવા પ્રેરણા આપે છે, આદેશો ન માનવા અને તેમની વિરુદ્ધ વર્તન કરવું. જાતિ વ્યવસ્થા આવી જ કેટલીક ધાર્મિક માન્યતાઓનું કુદરતી પરિણામ છે. જેને શાસ્ત્રો દ્વારા મંજૂર કરવામાં આવ્યા છે. શાસ્ત્રો અલૌકિક પ્રતિભા, અલૌકિક શાણપણથી સંપન્ન સંતોના દૈવી પ્રેરિત આદેશોથી લખાયેલ છે, તે સંતો ચમત્કારિક બુદ્ધિના ધની હતા, તેથી તેમના આદેશો ન માનવા એ મહાપાપ છે. લોકોને જાતિ પ્રથા છોડી દેવાનું કહેવું એ, ધર્મનો ત્યાગ કરવા જેવું મહાપાપ છે. જાતિ પ્રથા નાબૂદી એ એક સુધારો છે જે ત્રીજા પ્રકારનો છે. સુધારણાનો પહેલો અને બીજો રસ્તો સરળ છે પણ ત્રીજો પ્રકારનો સુધારો માત્ર મુશ્કેલ જ નહીં પણ લગભગ અશક્ય છે. હિન્દુઓ

તેમની સામાજિક વ્યવસ્થાને ખૂબ જ પવિત્ર માને છે. તેઓ પવિત્રતામાં માને છે અને જાતિ વ્યવસ્થાને ઈશ્વરના કાયદાનો દૈવી આધાર માને છે. તેથી, જાતિઓ સાથે સંકળાયેલી પવિત્રતા અને દૈવી પુરાવાઓની ભાવનાનો નાશ કરવો ખૂબ જ મહત્વપૂર્ણ છે. મારા વિશ્લેષણનો અર્થ એ છે કે તમારે શાસ્ત્રો અને વેદોની પ્રામાણિકતા અને માન્યતાને ભૂંસી નાખવી પડશે.

મેં જાતિ પ્રથાને નાબૂદ કરવાની રીતો અને રસ્તાઓ પર ભાર મૂક્યો કારણ કે સાચો માર્ગ જાણવા માટે યોગ્ય માર્ગો વિશે જાણવું ખૂબ જ મહત્વપૂર્ણ છે. જો તમે યોગ્ય પદ્ધતિઓ અને માર્ગો વિશે જાણતા નથી, તો તમારા બધા પ્રયત્નો નિષ્ફળ જશે. આમ, જો આ સમસ્યા માટે મારા પરિણામો સાચા છે, તો તમારું કાર્ય ખૂબ જ મુશ્કેલ છે (હર્ક્યુલિયન). ફક્ત તમે જ કહી શકો છો કે તમે તેમાં સફળતા મેળવવા માટે સક્ષમ છો કે નહીં.

જ્યાં સુધી મારો સંબંધ છે, હું આ કાર્યને લગભગ અશક્ય માનું છું. તમે જાણવા માગો છો કે હું આવું કેમ વિચારું છું? આના ઘણા કારણો છે, પહેલું કારણ બ્રાહ્મણોનું પ્રતિકૂળ વર્તન છે જે તેઓ આ સમસ્યા તરફ બતાવી રહ્યા છે. દેશમાં લગભગ તમામ રાજકીય સુધારાઓ અને કેટલાક આર્થિક સુધારાની ચળવળોમાં બ્રાહ્મણો મોખરે રહ્યા છે. પણ નેતાની વાત તો છોડો, તે જ્ઞાતિના અવરોધો તોડી નાખતી સેનાની લાઈનમાં પાછળ પણ ઊભેલા જોવા મળતા નથી. શું ભવિષ્યમાં બ્રાહ્મણો આ ચળવળનું નેતૃત્વ કરે તેવી અપેક્ષા રાખી શકાય? હું ના કહું છું. તમે પૂછી શકો છો કે શા માટે? તમે કહી શકો કે બ્રાહ્મણો સમાજ સુધારણાથી કાયમ ભાગી જવા પાછળનું કારણ અગમ્ય છે. અને તેઓ કદાચ હવે તે દૂર કરશે નહીં. તમે એમ પણ કહી શકો કે બ્રાહ્મણો સારી રીતે જાણે છે કે જાતિ પ્રથા હિંદુઓ માટે અભિશાપ છે અને એક બુદ્ધિશાળી વર્ગ તરીકે તેઓ આ શ્રાપના પરિણામોથી ઉદાસીન રહી શકતા નથી. કેટલાક લોકો એમ પણ કહે છે કે બ્રાહ્મણોમાં બે પ્રકારના લોકો છે. પ્રથમ, એવા લોકો છે જેઓ પુરોહિત છે અથવા સનાતન ધર્મી છે, બીજું એવા બ્રાહ્મણો છે જેઓ રૂઢિચુસ્ત નથી અને બિનસાંપ્રદાયિક પ્રગતિશીલ બ્રાહ્મણો છે. જો પુરોહિતો અને પરંપરાગત બ્રાહ્મણો જાતિ વ્યવસ્થા તોડવા તૈયાર ન હોય તો આધુનિક વિચારધારા ધરાવતા બ્રાહ્મણો ચોક્કસપણે આ આંદોલનમાં જોડાશે. તમારી આ દલીલો ખૂબ જ આકર્ષક અને સ્વીકારવા લાયક લાગે છે, પરંતુ આ બધી દલીલોમાં એ ભૂલી જવાય છે કે જાતિ વ્યવસ્થા નાબૂદ થવાથી સૌથી વધુ નુકસાન બ્રાહ્મણોને થશે. તો શું આપણે આશા રાખવી જોઈએ કે બ્રાહ્મણો જાતિ પ્રથા નાબૂદ કરવાના આંદોલનનું નેતૃત્વ કરશે?

કારણ કે જાતિ વ્યવસ્થાનો અંત એટલે બ્રાહ્મણોની સત્તા અને સામાજિક પ્રતિષ્ઠાનો અંત. તમે આધુનિક વિચારોના બ્રાહ્મણો પાસેથી આશા રાખી શકો છો પણ શું તેમની પાસેથી આશા રાખવી યોગ્ય છે? કારણ કે જાતિ પ્રથા ખતમ કરવાની ચળવળ આપણા જ ભાઈઓ, પુરોહિત બ્રાહ્મણો સામે થશે?

આવી સ્થિતિમાં પ્રગતિશીલ બ્રાહ્મણો પાસેથી પણ આશા રાખવી વ્યર્થ છે. બે બ્રાહ્મણો વચ્ચે ભેદ શોધવો વ્યર્થ છે. વાસ્તવમાં બંને બ્રાહ્મણો એક જ જાતિનો ભાગ છે અને નજીકના સંબંધીઓ છે. બંને બ્રાહ્મણો એક શરીરના બે હાથ જેવા છે. જો એક હાથ પર હુમલો કરવામાં આવે તો બીજો હાથ ચોક્કસપણે તેના બચાવમાં ઉછળશે. મને આ વિશે જણાવતાં પ્રો. ડીસીના પુસ્તક ‹અંગ્રેજી બંધારણ›માં લખેલી એક મહત્વની વાત મનમાં આવે છે. સંસદની સર્વોચ્ચ કાયદો બનાવવાની સત્તા પરના વાસ્તવિક પ્રતિબંધ વિશે વાત કરતાં, પ્રો. ડીસીએ લખ્યું છે કે, «કોઈ પણ શાસકના સાર્વભૌમત્વને તેના અધિકારોના ઉપયોગમાં બે અવરોધોનો સામનો કરવો પડે છે. આમાંથી એક આંતરિક અવરોધ છે અને બીજી બાહ્ય મર્યાદા છે. કોઈપણ સાર્વભૌમત્વની બાહ્ય મર્યાદા આ બાબતની શક્યતાઓ પર આધારિત છે કે તેના વિષયો અથવા તેના મોટાભાગના વિષયો તેના આદેશો અને કાયદાઓનો અનાદર કરશે, એટલે કે, કાયદાનો ભંગ કરશે અથવા તેના અમલીકરણમાં અવરોધ કરશે. તેનાથી વિપરિત, આંતરિક સાર્વભૌમત્વ પોતે શાસકની શક્તિના સ્વભાવ અને પ્રકૃતિમાંથી ઉદ્ભવે છે. એક તાનાશાહ કે જેની પાસે તમામ સત્તા છે તે પણ તે જે સંજોગોમાં જીવે છે તે મુજબ તેની શક્તિનો ઉપયોગ કરે છે અને તેની શક્તિ અને પ્રકૃતિની રચના તેના સમાજના સંજોગો અને નૈતિક મૂલ્યો પર આધારિત છે.

સુલતાન ઈચ્છતો હોત તો પણ મુસલમાનોનો ધર્મ બદલી શકતો ન હતો. પરંતુ જો તે આમ કરી શકે તો પણ મુસ્લિમ ધર્મના વડા મુસ્લિમ ધર્મનો જ નાશ કરવા ઈચ્છે તે બિલકુલ શક્ય ન હતું. આમ, સુલતાનની શક્તિના ઉપયોગ પરના આંતરિક અવરોધો બાહ્ય જેટલા જ શક્તિશાળી હતા. કેટલાક લોકો ક્યારેક નિષ્ક્રિય પ્રશ્નો પૂછે છે કે પોપ આવા સુધારાઓ કેમ અમલમાં મૂકતા નથી? આનો જવાબ એ છે કે ક્રાંતિકારી વિચારધારા ધરાવતા લોકો પોપ બનતા નથી અને જે લોકો પોપ બને છે તેમને ક્રાંતિકારી બનવાની ઈચ્છા હોતી નથી.” મારા મતે પ્રો. ડીસીનું આ નિવેદન ભારતીય બ્રાહ્મણો અને અન્ય કોઈને પણ સમાન રીતે લાગુ પડે છે. કોઈ કહી શકે કે પોપ બનેલા વ્યક્તિમાં ક્રાંતિકારી બનવાની ઈચ્છા ન હોય, તો બ્રાહ્મણ પરિવારમાં જન્મેલી વ્યક્તિમાં પણ

ક્રાંતિકારી બનવાની કોઈ આશા નથી. સામાજિક સુધારણાની બાબતમાં બ્રાહ્મણો પાસેથી આશા રાખવી તેટલી નકામી છે જેટલી લેસ્લી સ્ટીફને બ્રિટિશ સંસદને તમામ વાદળી-આંખવાળા બાળકોની હત્યા કરવાનો કાયદો પસાર કરવા માટે કહ્યું તે હતી.

તમારામાંથી કેટલાક કહેશે કે બ્રાહ્મણો જાતિ પ્રથા વિરુદ્ધ ચળવળનું નેતૃત્વ કરવા આગળ આવે છે કે નહીં તે બહુ ચિંતાનો વિષય નથી. મારા મતે, આ દૃષ્ટિકોણ અપનાવવાથી સમાજના બૌદ્ધિક વર્ગના પ્રભાવ પર ધ્યાન આપવું નહીં. તમે સ્વીકારો કે ન સ્વીકારો ઇતિહાસ મહાપુરુષોએ રચ્યો છે, પરંતુ તમારે એ સ્વીકારવું જ જોઇએ કે દરેક દેશમાં બૌદ્ધિક વર્ગ એવો વર્ગ નથી જે સમાજને નિયંત્રિત કરે છે અથવા શાસન કરે છે, પરંતુ તે સમાજને ચોક્કસપણે પ્રભાવિત કરે છે. માત્ર બૌદ્ધિક વર્ગ જ ભવિષ્ય તરફ ધ્યાન આપી શકે છે અને સમાજને યોગ્ય માર્ગદર્શન અને નેતૃત્વ પ્રદાન કરી શકે છે. કોઈપણ દેશની બહુમતી પ્રજા તર્કસંગત, વિચારશીલ અને સક્રિય હોતી નથી. મોટે ભાગે તે બૌદ્ધિકોના માર્ગને અનુસરે છે. દેશનું ભવિષ્ય તેના બૌદ્ધિક વર્ગ પર નિર્ભર છે એમ કહેવામાં કોઈ અતિશયોક્તિ નહીં હોય. જો બૌદ્ધિક વર્ગ પ્રામાણિક, સ્વતંત્ર અને નિષ્પક્ષ હશે તો ભરોસો કરી શકાય છે કે દેશના સંકટ સમયે તે સ્વ-પ્રેરણા અને વિવેકબુદ્ધિથી સમાજને યોગ્ય નેતૃત્વ આપશે.

બૌદ્ધિક વર્ગના આ મહત્વની સાથે, એક વાત ધ્યાનમાં લેવા જેવી છે કે બૌદ્ધિકવાદ પોતે કોઈ ગુણ નથી, તે માત્ર એક સાધન છે અને તે બૌદ્ધિક વ્યક્તિ પર આધાર રાખે છે કે તે આ માધ્યમનો ઉપયોગ કરે, એટલે કે તેની બુદ્ધિનો ઉપયોગ કયા હેતુ માટે કરે છે? બૌદ્ધિક વ્યક્તિ સારી વ્યક્તિ હોઈ શકે છે પરંતુ તે બદમાશ પણ હોઈ શકે છે. તેવી જ રીતે, બૌદ્ધિક વર્ગ પણ ઉચ્ચ વિચાર ધરાવતા લોકોનો વર્ગ હોઈ શકે છે જે પીડિત માનવોના કલ્યાણ માટે હંમેશા તત્પર રહે છે. બીજી બાજુ, બૌદ્ધિક વર્ગ પણ બદમાશોની ટોળકી બની શકે છે અથવા પોતાના સ્વાર્થના કારણોસર ટોળકીના સમર્થકોનું સ્વરૂપ લઈ શકે છે. ભારતના સંબંધમાં, તે એક વિડંબણા હશે કે અહીંનો બૌદ્ધિક વર્ગ બ્રાહ્મણ જાતિનું બીજું નામ છે. તમને અફસોસ થશે કે આ બંને એક જ છે એટલે કે બ્રાહ્મણ અને બૌદ્ધિક વર્ગ એકબીજાના પર્યાય છે. વળી, ભારતમાં બૌદ્ધિક વર્ગ માત્ર એક બ્રાહ્મણ જ્ઞાતિ પૂરતો મર્યાદિત રહ્યો છે. આ કારણોસર, ભારતના બૌદ્ધિક વર્ગને દેશના હિતોના રક્ષક બનવાને બદલે પોતાની જાતિની ઇચ્છાઓ અને હિતોના રખવાળા બનવામાં વધુ રસ છે. આ ખૂબ જ દુઃખદ છે પરંતુ આ સત્ય છે. ભારતના બ્રાહ્મણ હિંદુઓનો માત્ર બૌદ્ધિક વર્ગ જ નહીં, આ સિવાય અન્ય હિંદુ લોકો પણ તેમને ખૂબ માન

આપે છે. હિન્દુઓને હંમેશા શીખવવામાં આવે છે કે બ્રાહ્મણો ‹ભુદેવ› એટલે કે પૃથ્વીના દેવો છે અને માત્ર બ્રાહ્મણો જ તેમના ગુરુ બની શકે છે. શાસ્ત્રોમાં ‹વર્ણાનામ બ્રાહ્મણો ગુરુ› કહેવાયું છે. બ્રાહ્મણો વિશે મનુ કહે છે

अनाम्नातेषु धर्मेषु कथं स्यारिति चेद्भवेत।
यं शिष्टा ब्राह्मणा ब्रूयुः सधर्म स्यादशंकितः ।।

જો પૂછવામાં આવે કે ધર્મની જે બાબતો ખાસ સમજાવવામાં આવી નથી અથવા બહુ સમજાવવામાં આવી નથી, તો તેનું શું કરવામાં આવશે, તો જવાબ છે કે બ્રાહ્મણ શ્રેષ્ઠ હોવાથી, બ્રાહ્મણ આવી બાબતોમાં જે પણ નિર્ણય લેશે તે કાયદેસરનો રહેશે. એટલે કે, એક સંસ્કારી બ્રાહ્મણ જે કહે તે જ ધર્મ હશે, આમ બ્રાહ્મણોની વાત એ જ સાચો ધર્મ છે.» જ્યારે બૌદ્ધિક વર્ગ કે જેણે બાકીના હિંદુ સમાજને અંકુશમાં રાખ્યો છે અને જે જાતિ પ્રથા તોડો આંદોલનનો વિરોધ કરે છે, તો આંદોલનની સફળતાની શક્યતાઓ ઘણી ઓછી રહે છે.

જાત-પાત તોડક મંડળ ચળવળની સફળતા પર શંકા કરવાનું બીજું કારણ સમજાવતા પહેલા, એ જણાવવું જરૂરી છે કે જાતિ વ્યવસ્થાની બે બાજુઓ છે. પ્રથમ પાસામાં તે સમાજને વિવિધ સમુદાયોમાં વિભાજિત કરે છે અને બીજા પાસામાં તે તે સમુદાયોને

તેમની સામાજિક સ્થિતિ અને હૈસિયત અનુસાર તેમને એકબીજાથી ઉપરની શ્રેણીઓમાં ગોઠવે છે જેમાં એક જાતિનો સામાજિક દરજ્જો બીજી જાતિ કરતા ઊંચો અથવા નીચો જાહેર કરવામાં આવે છે. આ વ્યવસ્થામાં દરેક જ્ઞાતિને આશ્વાસન અને ગર્વ હોય છે કે તે અન્ય જ્ઞાતિ કરતાં ચડિયાતી છે. જ્ઞાતિઓના આવા સ્ટેટસ મુજબના વિભાજનને કારણે, બાહ્ય લક્ષણોના સ્વરૂપમાં સામાજિક અને ધાર્મિક અધિકારો, જેને શાસ્ત્રો અનુસાર અષ્ટાધિકાર અને સંસ્કાર કહેવામાં આવે છે, તેને પણ શ્રેણીઓમાં વિભાજિત કરવામાં આવ્યા છે. જ્ઞાતિનો દરજ્જો જેટલો ઊંચો હશે તેટલા વધુ અધિકારો મળશે અને જેટલો નીચો દરજ્જો હશે તેટલા ઓછા અધિકારો મળશે. ઉચ્ચ અને નીચી જાતિઓની આ વ્યવસ્થા તેમને જાતિઓને તોડવા માટે સંયુક્ત મોરચા તરીકે પોતાને સંગઠિત કરવાની મંજૂરી આપતી નથી. કોઈ પણ જ્ઞાતિ પોતાના કરતા ઉંચી જ્ઞાતિ સાથે રોટી-બેટીનો સંબંધ હોવાનો દાવો કરે તો એ જ્ઞાતિનું પાલન-પોષણ કરનારા ચાલાક લોકો તરત જ તેને અટકાવે છે અને કહે છે કે આવું કરતા પહેલા એ જાતિએ પહેલા રોટી-બેટીનો વ્યવહાર કરવાની તૈયારી રાખવી જોઈએ. આવા તોફાની અને ધૂર્ત લોકોમાં બ્રાહ્મણો બહુમતી છે. આમ તો હિંદુ ધર્મમાં તમામ લોકો જાતિ વ્યવસ્થાના ગુલામ છે પરંતુ સામાજિક દરજ્જામાં બધા ગુલામ સમાન નથી. પોતાના સમયના શ્રમજીવી વર્ગને

ક્રાંતિ માટે પ્રેરણા આપતાં કાર્લ માર્ક્સે કહ્યું હતું કે, «તમારી ગુલામીની સાંકળો સિવાય તમારી પાસે ગુમાવવા માટે કંઈ નથી.» અહીં સામાજિક અને ધાર્મિક અધિકારો એવી કલાત્મક રીતે ગૂંથાયેલા છે કે કાર્લ માર્ક્સનું ક્રાંતિકારી સૂત્ર પણ નકામું બની જાય છે. કારણ કે અહીં દરેક જ્ઞાતિને નીચલી જાતિની સરખામણીમાં વિશેષ માનવામાં આવે છે, તેથી તેને તે ગુમાવવાનો ડર રહે છે. અહીંની જાતિઓ સાર્વભૌમત્વની વ્યવસ્થામાં (ઉપર અને નીચે) એટલે કે વધુ સારી અને ખરાબ છે, તેમાંથી કેટલીક ઉચ્ચ છે અને કેટલીક નીચી છે, તેથી શ્રેષ્ઠતાના આ ક્રમમાં, દરેક જાતિ તેની જાતિ અને તેના સામાજિક દરજ્જાના રક્ષણ માટે ચિંતિત છે. તેઓ જાણે છે કે જો જ્ઞાતિઓને નાબૂદ કરવામાં આવશે, તો તેમાંથી કેટલીક પ્રતિષ્ઠા, અધિકારો અને સત્તાના સંદર્ભમાં અન્ય કરતાં વધુ ભોગવશે. તેથી, આપણે તમામ હિંદુઓ જાતિ પ્રથા વિરુદ્ધ આ લશ્કરી હુમલામાં જોડાય તેવી અપેક્ષા રાખી શકીએ નહીં.

■

22.

હિંદુ શાસ્ત્રો તર્ક, વિવેક અને નૈતિકતાથી કેમ દૂર છે?

શું હિંદુઓ પાસેથી એવી અપેક્ષા રાખી શકાય કે તેઓ જાતિ પ્રથાને નાબૂદ કરવા તૈયાર થશે કારણ કે તે તર્કની કસોટી પર ખરા ઉતરતા નથી? પ્રશ્ન એ થાય છે કે શું કોઈ પણ હિંદુ પોતાની તર્કશક્તિને અનુસરવા માટે સ્વતંત્ર છે? મનુએ દરેક હિંદુના રોજિંદા વર્તન માટે ત્રણ આદેશો આપ્યા છે, જે મુજબ દરેક હિંદુએ વર્તન કરવું જરૂરી છે. વેદ: સ્મૃતિ: સદાચાર: ૩ ૩વસ્ય ચ પ્રિયમાત્મન: એટલે કે, હિંદુએ વેદ, સ્મૃતિ અને સારા આચરણના નિયમોનું અનુક્રમે પાલન કરવું જોઈએ. આના સિવાય કોઈ રસ્તો નથી. આમ, હિંદુઓના જીવનમાં સમજદારી અને તર્કને કોઈ સ્થાન નથી. જ્યારે પણ વેદ અને સ્મૃતિમાં લખાયેલા શબ્દોના અર્થ વિશે કોઈ શંકા કે પ્રશ્ન ઊભો થાય છે, તો તેનો સાચો અર્થ કેવી રીતે સમજી શકાય? આ મહત્વપૂર્ણ પ્રશ્ન પર મનુની આજ્ઞા સ્પષ્ટ છે, તે કહે છે-

योडवमन्यते ते मूले हेतुशास्त्राश्रयात् द्विजः ।
स साधुभिर्बहिष्कार्यो नास्तिको वेदनिंदकः ॥

અર્થાત જે લોકો વેદ અને સ્મૃતિઓમાં લખેલી બાબતો પર દલીલ કરે છે અને તેનું સન્માન નથી કરતા તો સારા ઋષિઓએ આવા વેદ વિરોધીઓ અને નાસ્તિકોનો સામાજિક બહિષ્કાર કરીને સજા કરવી જોઈએ.

મનુના આ નિયમ મુજબ, વેદ અને સ્મૃતિઓના અર્થઘટન કે અર્થ સમજવામાં તર્કનો સહારો લેવો એ સંપૂર્ણપણે નિંદનીય અને પ્રતિબંધિત

છે. આને નાસ્તિક હોવા જેટલું જ પાપ માનવામાં આવે છે. તેથી, હિંદુ માટે તર્ક કે વિવેકબુદ્ધિનો ઉપયોગ કરવો માન્ય નથી. રસપ્રદ વાત એ છે કે એક જ વિષય પર વેદ અને સ્મૃતિઓમાં વિરોધાભાસી સૂચનાઓ હોવા છતાં, જો કોઈ વિરોધાભાસ હોય, તો હિન્દુને તેની બુદ્ધિ અને વિવેકબુદ્ધિનો ઉપયોગ કરીને તે વિરોધાભાસી સૂચનાઓને સ્વીકારવાની સ્વતંત્રતા નથી. આવી સ્થિતિમાં પણ મનુએ સ્પષ્ટ આદેશ આપ્યો છે કે જ્યારે કોઈ પણ વિષય પર બે શ્રુતિઓ વચ્ચે તકરાર થાય ત્યારે બંનેને સમાન માન્યતા આપવી જોઈએ અને બેમાંથી કોઈપણ એકનું પાલન કરી શકાય છે. બેમાંથી કયું તર્કશાસ્ત્રની કસોટી પર ઊભું છે એ વિચારવાની જરૂર નથી. વિચાર્યા વગર જ સ્વીકારી લો. મનુએ આ વાતની વધુ સ્પષ્ટતા કહીને કરી છે - શ્રુતિદ્વૈશમ

તુ યત્ર સ્યાપ્તત્ર ધર્વવધુઃ સ્મૃતઃ । એટલે કે શ્રુતિ અને સ્મૃતિ વચ્ચે જો કોઈ વિરોધાભાસ કે સંઘર્ષ હશે તો શ્રુતિ અધિકૃત ગણાશે અને માત્ર શ્રુતિની આજ્ઞા માન્ય ગણાશે. અહીં પણ બેમાંથી કયું સાચું છે તે અંગે દલીલ કરવાની જરૂર નથી. મનુએ તેનો આ રીતે ઉલ્લેખ કર્યો છે.

या वेदबाह्याः स्मृतयो याश्च काश्च कृदृष्टः ।

सर्वास्ता निष्फलाः प्रेत्यः तमोनिष्ठा हितः स्मृतः ॥

જે સ્મૃતિઓ ખરાબ છે અને વેદ પર આધારિત નથી, તો તેને નકામી સમજો, તે ફક્ત અજ્ઞાન પર આધારિત છે. આ સિવાય જો સ્મૃતિઓ વચ્ચે તકરાર થાય તો મનુસ્મૃતિ જ ગણાશે. પરંતુ અહીં ફરીથી આ બે દલીલોમાંથી કઇ દલીલ સાચી છે તે શોધવાનો પ્રયાસ કરવામાં આવશે નહીં. આ સંદર્ભમાં બૃહસ્પતિએ આપેલો ખુલાસો નીચે મુજબ છે.

वेदायत्वोयानिबधृत्वत प्रमाण्यं हि मनोः स्मृतं।

मन्वथविपरीता तु या स्मृतिः सा न शस्यते।।

એટલે કે, કોઈપણ હિંદુ એવા વિષયો પર તેના તર્ક અને વિવેકબુદ્ધિનો ઉપયોગ કરવા માટે સ્વતંત્ર નથી કે જેના પર શ્રુતિ અથવા સ્મૃતિમાં કોઈ સ્પષ્ટ સૂચનાઓ ઉપલબ્ધ નથી. આ જ વાત મહાભારતમાં પણ આપવામાં આવી છે જેમાં લખ્યું છે-

पुराणं मानवो धर्मः सांगो वेदश्चिकित्सित ।

आज्ञासिद्धनि चत्वारि न इन्तव्यानि हेतुभिः।।

એટલે કે, પુરાણો, મનુના ઉપદેશો, વેદ તેમના છ ભાગો અને જ્ઞાન એ ચાર નિર્દેશ જેવા છે, તેના વિશે કોઈએ દલીલ કરવી જોઈએ નહીં. હિન્દુઓએ આ સૂચનાઓનું પાલન કરવું પડશે. જાતિ અને વર્ગ એવા વિષયો છે જે વેદ અને સ્મૃતિઓમાં સમજાવવામાં આવ્યા છે અને તેમ

છતાં જો કોઈ હિંદુને કારણ પૂછવામાં આવે તો તેનાથી કોઈ ફરક પડતો નથી. જ્યાં સુધી જાતિ અને વર્ણની વાત છે, શાસ્ત્રો ક્યારેય હિંદુને તેના વિશે વિચારવાની મંજૂરી આપતા નથી, તે પણ કહેવામાં આવે છે કે તેણે જાતિ અને વર્ણની માન્યતાનો આધાર તર્કની કસોટી પર મૂકવો પડશે. બિન-હિંદુઓ માટે આ આશ્ચર્ય અને મનોરંજનની બાબત હોઈ શકે છે કે લાખો હિંદુઓ ખાસ પ્રસંગોએ જેમ કે ટ્રેનમાં મુસાફરી કરતી વખતે, વિદેશમાં મુસાફરી કરતી વખતે અને બાદમાં તેમના બાકીના જીવનમાં જાતિ વ્યવસ્થા જાળવી રાખવાના પ્રયાસ કરતા રહે છે. જો આ ખ્યાલ સમજાવવામાં આવે, તો ખબર પડશે કે હિંદુઓની અંતરાત્મા અને તર્કશક્તિ પર એક બીજું તાળું છે. માનવ જીવન સામાન્ય રીતે રીઢુ અને અપ્રતિબિંબિત છે. એટલે કે તે પોતાના જીવનમાં મોટા ભાગનું કામ કોઈપણ ધર્મ, આસ્થા, કાલ્પનિક પ્રણાલીનો વિચાર કર્યા વગર કરે છે.

અથવા સક્રિય અને સભાન વિચાર જે જ્ઞાનને સમર્થન આપે છે અને જે પરિણામો તરફ તે વલણ ધરાવે છે તે ખૂબ જ ભાગ્યે જ અને માત્ર ધાર્મિક કટોકટીમાં કરવામાં આવે છે. રેલ્વે મુસાફરી અને વિદેશ યાત્રા એ હિન્દુના જીવનમાં ધર્મસંકટ છે.

સ્વાભાવિક રીતે, એક હિંદુએ પોતાની જાતને પ્રશ્ન પૂછવો જોઈએ કે જો રોજિંદા જીવનમાં જ્ઞાતિ વ્યવસ્થાના નિયંત્રણોનું પાલન ન થઈ શકે, તો પછી શા માટે કોઈએ તેના દ્વારા બંધાયેલા રહેવું જોઈએ? પરંતુ તે પ્રશ્ન નથી કરતો, તે દરરોજ એક જગ્યાએ જાતિના નિયમો તોડે છે અને બીજી જગ્યાએ કે પ્રસંગોએ ખચકાટ વિના તેનું પાલન કરવાનું શરૂ કરે છે. આ આશ્ચર્યજનક વર્તનનું કારણ શાસ્ત્રોમાં આ સંબંધમાં આપવામાં આવેલા નિયમો છે જે તેને તેની અનુકૂળતા મુજબ જ્યારે ઈચ્છે ત્યારે જાતિ વ્યવસ્થાનું પાલન કરવાની અને તેનું પાલન ન કરવાના કિસ્સામાં પ્રાયશ્ચિતની જોગવાઈ આપે છે. આમ, પ્રાયશ્ચિતના આ સિદ્ધાંત દ્વારા શાસ્ત્રોએ જે સમાધાનની ભાવના અપનાવી છે તેણે જાતિ વ્યવસ્થા માટે કાયમી પટ્ટા તરીકે કામ કર્યું છે અને જાતિ હજી પણ અસ્તિત્વમાં છે. આનાથી માત્ર પ્રતિબિંબિત વિચારોની અભિવ્યક્તિ જ અટકી જાય છે, અન્યથા આ પ્રતિબિંબિત વિચારોથી જ્ઞાતિનો ખ્યાલ જ કલંકિત થઈ જાય.

એવા ઘણા લોકો છે જેમણે જાતિ પ્રથા અને અસ્પૃશ્યતાને દૂર કરવાનું કામ કર્યું છે. આમાં, જેનો ગર્વ સાથે ઉલ્લેખ કરી શકાય એ કબીર, રામાનુજ અને અન્ય લોકોના નામો અદ્વિતીય છે. શું તમે આ સમાજ સુધારકોના કાર્યોને સમર્થન આપી શકો છો અને હિન્દુઓને તેમના વિચારો અને માર્ગ પર ચાલવા માટે સમજાવી શકો છો? એ

સાચું છે કે મનુએ શ્રુતિ અને સ્મૃતિની સાથે શિસ્ત તરીકે સદાચારનો પણ સમાવેશ કર્યો છે. વાસ્તવમાં શાસ્ત્રો કરતાં નૈતિકતાને ઉચ્ચ સ્થાન આપવામાં આવ્યું છે.

यद्यद्वाचर्यते येन धर्म्य वाऽधर्म्यमेव वा।

देशस्याचरणं नित्यं चरित्रं त द्वि कीर्तितम् ॥

એટલે કે વ્યક્તિ પોતાના દેશ અને વાતાવરણમાં જે સાચો કે ખોટો રસ્તો અપનાવે છે તેને નૈતિકતા કહે છે. શ્લોક અનુસાર, વ્યક્તિએ સારા આચરણનું પાલન કરવું જોઈએ, પછી ભલે તે ધાર્મિક હોય કે અનૈતિક, શાસ્ત્રો અનુસાર અથવા તેની વિરુદ્ધ. પરંતુ નૈતિકતાનો અર્થ શું છે? જો કોઈ એવું વિચારે છે કે નૈતિકતા યોગ્ય છે અથવા સારી ક્રિયાઓ છે, જેમ કે સારા અને સજ્જન લોકોની ક્રિયાઓ, તો તે વિચારવું એ એક મોટી ભૂલ હશે. સદાચારનો અર્થ ઉમદા અથવા સારા કાર્યો અથવા ઉમદા અથવા સજ્જન લોકોના કાર્યો નથી. સદાચાર એટલે પ્રાચીન રિવાજ કે પ્રથા, પછી ભલે તે સાચો હોય કે ખોટો. આ શ્લોકમાં સ્પષ્ટ છે -

पास्मिन देशे य आचारः पारम्पर्यक्रमागतः।

वर्णानां किल सर्वेषां स सदाचार उच्चते ॥

એટલે કે, દેશમાં તમામ જ્ઞાતિઓના પરંપરાગત રિવાજો અને રીતો અનુસરવામાં આવે છે અને તેને નૈતિકતા કહેવામાં આવે છે.

સ્મૃતિમાં હિંદુઓને સ્પષ્ટ આદેશ આપવામાં આવ્યો છે કે જો દેવતાઓની ક્રિયાઓ પણ જો શ્રુતિ અને સ્મૃતિની વિરુદ્ધ હોય તો તેનું પાલન ન કરવું જોઈએ. એવું લાગે છે કે લોકોને ચેતવણી આપવામાં આવી છે કે તેઓ સારા લોકોના કાર્યોને સદાચાર ન માને અને એ ડરથી પણ કે લોકો આને પુણ્યનો અર્થ સમજીને સારા માણસોને અનુસરવા ન લાગે. સ્મૃતિઓ અને શાસ્ત્રોમાં, હિંદુઓને સ્પષ્ટ શબ્દોમાં આદેશ આપવામાં આવ્યો છે કે જો તેઓ સ્મૃતિ, શ્રુતિ અને નૈતિકતાની વિરુદ્ધ હોય તો ભગવાનના પણ સારા કાર્યોનું તેઓ પાલન ન કરે. તે ખૂબ જ વિચિત્ર લાગે છે, ખૂબ જ વિકૃત લાગે છે, પરંતુ તે સાચું છે કે શાસ્ત્રો હિન્દુઓને આવો આદેશ આપે છે -

न देव चरितं चरेत्।

કોઈપણ સુધારકના શસ્ત્રાગારમાં તર્ક અને નૈતિકતા બે શક્તિશાળી શસ્ત્રો છે અને તેનો ઉપયોગ કરતા તેને રોકવો એ તેને કામ કરવા માટે અસમર્થ બનાવવા જેવું છે. જ્યારે લોકોને વિચારવાની સ્વતંત્રતા નથી કે તે તર્ક અને કારણ મુજબ છે કે નહીં, તો પછી તમે જાતિને કેવી રીતે દૂર કરી શકશો અને તેને તોડી શકશો. જો તમે જાતિના તર્ક અને નીતિને

ધ્યાનમાં લેવા માટે સ્વતંત્ર નથી, તો પછી તમે જાતિને કેવી રીતે દૂર કરી શકશો? જ્ઞાતિની આજુબાજુ બનેલી દીવાલને તોડવી બિલકુલ શક્ય નથી, તે અભેદ્ય છે અને જે સામગ્રીમાંથી આ દિવાલ બનાવવામાં આવી છે તેમાં તર્ક અને નૈતિકતા જેવી જ્વલનશીલ વસ્તુ નથી જે તેને બાળી શકે. આ સત્યની સાથે એ પણ ઉમેરી દઈએ કે આ મજબુત દિવાલની પાછળ એવા બ્રાહ્મણોની સેના ઉભી છે જેઓ સમાજનો બૌદ્ધિક વર્ગ કહેવાય છે. બ્રાહ્મણોએ સરળતાથી અને સ્વાભાવિક રીતે હિંદુ સમાજનું નેતૃત્વ સંભાળ્યું છે, અહીં કોઈ ભાડૂતી નથી, તેઓ તેમની માતૃભૂમિ માટે મરનારાઓની સેના છે.

હવે તમે સમજી શકો છો કે મને કેમ લાગે છે કે હિંદુઓમાં જાતિના અવરોધને તોડવો લગભગ અશક્ય છે. કોઈ પણ સંજોગોમાં, આ સિસ્ટમને તોડવામાં ઘણા યુગો પસાર થશે. આ કાર્ય પૂર્ણ કરવામાં વિલંબ થઈ શકે છે અથવા તમે ઝડપથી કરી શકો છો, પરંતુ તમારે એ ન ભૂલવું જોઈએ કે જો તમારે તેનો ભંગ કરવો હોય તો તમારે તે વેદ અને શાસ્ત્રોને બારૂદથી ઉડાડવા પડશે જે તર્ક અને નૈતિકતાને સ્વીકારતા નથી. તમારે શ્રુતિ અને સ્મૃતિઓના ધર્મનો નાશ કરવો પડશે જે સદાચારને સ્વીકારતા નથી. આનાથી વધુ કહેવાનો કોઈ ફાયદો નથી. આ બાબત પર આ મારો સારી રીતે માનવામાં આવેલો મત છે.

■

23.

ધર્મશાસ્ત્રમાં સુધારાની જરૂર કેમ છે?

કેટલાક લોકો સમજી શકતા નથી કે હું ધર્મનો નાશ કરવાનો શા માટે કહેવા માંગુ છું. કેટલાક લોકોની નજરમાં મારો આ વિચાર બળવાખોર હોઈ શકે છે અને કેટલાક માટે તે ક્રાંતિકારી હોઈ શકે છે, તેથી મારે મારો દૃષ્ટિકોણ સ્પષ્ટ કરવો જરૂરી છે. મને ખબર નથી કે તમે લોકો સિદ્ધાંતો અને નિયમો વચ્ચેના કોઈ તફાવતમાં વિશ્વાસ કરો છો કે નહીં, પરંતુ હું ચોક્કસપણે કરું છું. હું માત્ર તેમની વચ્ચે તફાવત હોવાનું જ માનતો નથી, હું આ તફાવતને વાસ્તવિક અને મહત્વપૂર્ણ પણ માનું છું. નિયમો વ્યવહારુ છે જે અમુક આદર્શો અનુસાર વ્યક્તિના રીઢા આચરણને પ્રતિબિંબિત કરે છે, જ્યારે સિદ્ધાંતો બૌદ્ધિક છે જે વસ્તુઓની તપાસ કરવાના ઉપયોગી માધ્યમ છે. આ નિયમો વ્યક્તિને જણાવે છે કે કયું કાર્ય કરવા માટે કઈ પદ્ધતિ કે માધ્યમ અપનાવવા જોઈએ. સિદ્ધાંતો કામની કોઈ નિશ્ચિત પદ્ધતિ સૂચવતા નથી. રસોઈની પદ્ધતિઓની જેમ, નિયમો પણ જણાવે છે કે શું કરવું અને કેવી રીતે કરવું. તેનાથી વિપરિત, ન્યાયના સિદ્ધાંતોની જેમ, સિદ્ધાંત મુખ્ય મુદ્દાને જણાવે છે જેના માટે વ્યક્તિએ પોતાની ઇચ્છાઓ અને હેતુઓની દિશાને ધ્યાનમાં લેવી જોઈએ. સિદ્ધાંતો વ્યક્તિને માર્ગદર્શન આપે છે અને તેને જણાવે છે કે કોઈ બાબત પર વિચાર કરતી વખતે કઈ મહત્વની બાબતો ધ્યાનમાં રાખવી જોઈએ.

નિયમો અને સિદ્ધાંતોમાં આ તફાવતને કારણે, પૂર્ણ થયેલ કાર્યની ગુણવત્તા અને સામગ્રીમાં તફાવત સ્પષ્ટ થાય છે. નિયમો અનુસાર સારું કાર્ય કરવું એ સિદ્ધાંતો અનુસાર સારું કાર્ય કરવા કરતાં અલગ છે.

જો સિદ્ધાંત ખોટો હોય તો પણ તેના હેઠળ થતું કાર્ય જવાબદારી પૂર્ણ, સભાનતા વાળું અને મહત્વનું હોઈ શકે છે. તેવી જ રીતે, નિયમ સાચો હોઈ શકે છે અને તેના હેઠળ કરવામાં આવેલ કાર્ય અથવા ક્રિયા યાંત્રિક હોઈ શકે છે. કોઈપણ ધાર્મિક પ્રવૃતિ કે ક્રિયા યોગ્ય ક્રિયા ન હોઈ શકે પરંતુ આ ક્રિયા માટે જવાબદારી હોવી જોઈએ. આ જવાબદારીને લીધે જ ધાર્મિક ક્રિયાને સિદ્ધાંતની અંદર ધ્યાનમાં લેવામાં આવશે, તેને નિયમ તરીકે ગણી શકાય નહીં અને જેમ આ ક્રિયા નિયમમાં બગડે છે, તો તેનું ધાર્મિક સ્વરૂપ સમાપ્ત થઈ જાય છે, કારણ કે એક નિયમ તરીકે તેમાંથી આવશ્યક તત્વ દૂર થઈ જાય છે.

હિન્દુ ધર્મ શું છે? શું તે સિદ્ધાંતો અથવા નિયમો અને કાયદાઓનો સમૂહ છે?

(નિયમોની સંહિતા)નો સંગ્રહ? વેદ અને સ્મૃતિઓ અનુસાર, હિંદુ ધર્મ એ પશુબલિ, સામાજિક, રાજકીય અને સ્વચ્છતા સંબંધી નિયમો અને પ્રતિબંધોનો માત્ર ઢગલો છે. બધું ખીચડી જેવું છે. હિંદુઓ જેને ધર્મ કહે છે તે આજ્ઞા અને નિષેધના સમૂહ સિવાય બીજું કંઈ નથી. હિંદુ ધર્મ એ વાસ્તવિક ધર્મ નથી જેમાં આધ્યાત્મિક સિદ્ધાંતો હોય અને તે વિશ્વના તમામ સમુદાયો માટે દરેક સમયે અને દરેક હેતુ માટે સાર્વત્રિક રીતે ઉપયોગી હોય. આ તત્ત્વો હિંદુ ધર્મમાં હાજર નથી, અને જો તે ઓછા હોય તો પણ, તેઓ હિંદુઓના જીવનમાં કોઈ નિર્ણાયક ભૂમિકા ભજવતા નથી. હિન્દુઓના જીવન પર કોઈ દેખીતી અસર નથી. હિંદુ માટે, વેદ અને સ્મૃતિઓમાં 'ધર્મ' શબ્દનો જે રીતે ઉપયોગ કરવામાં આવ્યો છે અને તેનું અર્થઘટન કરનારાઓ દ્વારા સમજાવવામાં આવ્યું છે, તે સ્પષ્ટ છે કે હિન્દુ માટે, ધર્મનો અર્થ 'વ્યવસ્થા અને બંધન' છે. વેદોમાં વપરાયેલ 'ધર્મ' શબ્દનો અર્થ થાય છે ધાર્મિક ઉપદેશો અથવા કર્મકાંડ.

દાર્શનિક જૈમિનીએ તેમના પુસ્તક ‹પૂર્વ મીમાંસા›માં ધર્મને એક ઇચ્છિત ધ્યેય અથવા પરિણામ તરીકે વ્યાખ્યાયિત કર્યું છે જે વૈદિક ગ્રંથોમાં દર્શાવવામાં આવ્યું છે, અથવા જેનું નિર્દેશન વેદોમાં કરવામાં આવ્યું છે તે સરળ ભાષામાં કહી શકાય કે હિન્દુઓ જેને ધર્મ કહે છે વાસ્તવમાં કાયદો અથવા વટહુકમની સંહિતા છે, હું આવા કાનૂની કોડને ધર્મ તરીકે ગણવાનો ઇનકાર કરું છું.

હિંદુઓના આ કાયદાકીય સંગ્રહને એક ધર્મ તરીકે ખોટી રીતે રજૂ કરવામાં આવ્યો છે તેની પ્રથમ દુષ્ટતા એ છે કે તે માણસના નૈતિક જીવન અને વિવેક અને તર્કનો ઉપયોગ કરવાની સ્વતંત્રતાનો નાશ કરે છે. તે ઉપરથી લાદવામાં આવેલા નિયમોનો ગુલામ રહે છે. કોઈના આદેશ પ્રત્યે કોઈ વફાદારી નથી અને ફક્ત નિયમો અને આદેશોનું પાલન કરવું જરૂરી છે. આ સિવાય તેની સૌથી મોટી ખરાબી એ છે કે જે

નિયમો પહેલા લાગુ હતા તે આજે પણ લાગુ છે અને ભવિષ્યમાં પણ તે જ નિયમો હંમેશા લાગુ રહેશે. ઉપરાંત, નિયમો અન્યાયી છે કારણ કે તે બધા વર્ગો માટે સમાન નથી. હવે આ નિયમો કાયમી બની ગયા હોવાથી આ અન્યાય પણ શાશ્વત એટલે કે કાયમી બની ગયો છે, એટલે કે આવનારી પેઢીઓને પણ એ જ રીતે ભોગવવું પડશે. વાંધો એ હકીકત પર નથી કે આ પ્રણાલી પયગંબરો અથવા કાયદા આપનારાઓ દ્વારા બનાવવામાં આવી છે પરંતુ આ કાયદાકીય સંહિતા અંતિમ અને નિશ્ચિત કરવામાં આવી છે.

વ્યક્તિના મનમાં જે પ્રસન્નતા હોય છે તે સરખી રહેતી નથી. તે વ્યક્તિની સ્થિતિ અને સંજોગો પ્રમાણે બદલાય છે. મનની ખુશી અલગ-અલગ સમયે વ્યક્તિ-વ્યક્તિમાં બદલાય છે. જ્યારે આ સ્થિતિ છે, તો તે કેવી રીતે શક્ય છે કે માનવ સમાજ આ શાશ્વત પ્રણાલીઓને સહન કરતી વખતે, લુલા લંગડા અને અપંગ ન બની જાય. આ રીતે તે ચોક્કસપણે લકવાગ્રસ્ત થઈ જશે. તેથી, મને એમ કહેવામાં કોઈ સંકોચ નથી કે આવા ધર્મને નાબૂદ કરીને તેનો નાશ કરવો જોઈએ. હું કહીશ કે આવા ધર્મનો નાશ કરવો એ અધર્મ કે પાપ ગણાશે નહીં. વાસ્તવમાં, મને લાગે છે કે આ કપટી વેશ કે ધર્મના મુખવટાને ફાડી નાખવો, આ કાયદાને ભૂલથી ધર્મનું લેબલ લગાવીને ફેલાવવામાં આવતા જૂઠાણાને દૂર કરવાની તમારી પરમ ફરજ છે. તમારા માટે આ માસ્કને ફેંકી દેવું ખૂબ જ મહત્વપૂર્ણ છે. એકવાર તમે લોકોના મનમાંથી આ ગેરસમજને દૂર કરી દો અને તેમને એ સમજવામાં સક્ષમ બનો કે જે વ્યવસ્થા તેમને ધર્મ તરીકે વર્ણવવામાં આવી છે તે ધર્મ નથી પરંતુ તે માત્ર નિયમો અને આદેશોનો સમૂહ છે, પછી તમે તેમને સરળતાથી સમજાવી શકશો. અન્ય નિયમોની જેમ, આમાં પણ તમારા ઉપયોગ મુજબ સુધારો અથવા ફેરફાર કરી શકાય છે. આ માટે તેમને પ્રેરણા આપી શકે છે. કારણ કે ધર્મ વિશે લોકોની એવી માન્યતા છે કે તેને બદલી શકાતો નથી. તેથી, જ્યારે લોકો તેને ધર્મ માને છે, ત્યારે તેઓ તેમાં સુધારો કે ફેરફાર કરવા તૈયાર થશે નહીં. જ્યારે લોકોમાં એવી માન્યતા છે કે કાયદો બદલી શકાય છે. તેથી, જ્યાં સુધી લોકો શાસ્ત્રોના આદેશો અને નિયમોને ધર્મ માનતા રહેશે, ત્યાં સુધી તેઓ તેમાં કોઈ ફેરફાર કરવા માટે સંમત થશે નહીં, પરંતુ જેમ તેઓ સમજશે કે તેઓ જેને પોતાનો ધર્મ માને છે તે ધર્મ નથી, પરંતુ કાયદો છે. રૂઢિગત છે અને જૂનું છે. તેથી તેઓ સંમત થશે અને તેમને બદલવા માટે તૈયાર થશે કારણ કે તેઓ જાણે છે અને માને છે કે કાયદો બદલી શકાય છે.

■

24.

ધર્મ અને પુરોહિતનું નવું સ્વરૂપ શું હોવું જોઈએ?

નિયમો અને આદેશોથી ભરપૂર એવા ધર્મની જ્યારે હું ટીકા કરું છું ત્યારે એવું ન સમજવું જોઈએ કે મારા મતે માનવજીવનમાં ધર્મની જરૂર નથી. ઊલટું, હું ચિંતક બર્કના આ વિધાન સાથે સંપૂર્ણપણે સંમત છું, તેઓ કહે છે, «સાચો ધર્મ એ સમાજનો પાયો છે જેના પર સાચી નાગરિક સરકાર ટકી રહે છે અને જેને સમાજ સ્વીકારે છે. તેથી જ્યારે હું આગ્રહ કરું છું કે ધર્મ નિયમોનો નાશ થવો જોઈએ, હું આતુર છું કે સિદ્ધાંતોના ધર્મને બદલે માત્ર આવો ધર્મ જ સાચો ધર્મ હોવાનો દાવો કરી શકે છે અથવા ધર્મમાં સુધારાના પાસાઓ નીચે મુજબ હોવા જોઈએ.

1. હિંદુ ધર્મનો એક અને માત્ર એક જ અધિકૃત ધાર્મિક ગ્રંથ હોવો જોઈએ, જેને બધા હિંદુઓએ સ્વીકારવો જોઈએ અને બધા હિંદુઓએ તેને ઓળખવો જોઈએ. આનો અર્થ એ થયો કે હિન્દુ ધર્મના અન્ય તમામ પુસ્તકો જેમ કે વેદ, શાસ્ત્રો, પુરાણો કે જેઓ પવિત્ર, અધિકૃત ગણાય છે અને તેઓને આદેશ આપવાની સત્તા છે, તેમની ધાર્મિક માન્યતા કાયદા દ્વારા નાબૂદ કરવી જોઈએ, તેમના પર પ્રતિબંધ મૂકવો જોઈએ અને આ પુસ્તકોનો પ્રચાર તેમાં લખેલા સામાજિક અને ધાર્મિક ઉપદેશોને સજાપાત્ર ગુનો ગણવો જોઈએ.
2. જો હિંદુઓનો પુરોહિત વ્યવસાય નાબૂદ કરવામાં આવે તો તે ઘણું સારું રહેશે. પરંતુ આ અશક્ય લાગે છે, તેથી પુરોહિતમાં વારસાગત પ્રથા બંધ થવી જોઈએ. દરેક માણસ જે હિંદુ હોવાનો દાવો કરે છે તેને પુરોહિત બનવાનો અધિકાર હોવો જોઈએ. એવો કાયદો હોવો જોઈએ કે જ્યાં સુધી કોઈ પણ હિંદુ સરકાર દ્વારા નિર્ધારિત પરીક્ષા

પાસ ન કરે અને જ્યાં સુધી તેની પાસે પુરોહિતનું પ્રમાણપત્ર, સનદ અથવા સરકાર તરફથી લાયસન્સ ન હોય ત્યાં સુધી તે પૂજારી કે પુરોહિત બની શકશે નહીં.

3. લાયસન્સ કે પ્રમાણપત્ર કે સનદ ન ધરાવતા પુરોહિત દ્વારા કરવામાં આવતા કોઈપણ રિવાજ, સંસ્કાર અથવા ધાર્મિક વિધિઓ ગેરકાયદેસર ગણાવા જોઈએ અને જેની પાસે સનદ નથી, તેના માટે પૂજારીનું કાર્ય સજાપાત્ર ગુનો ગણાવું જોઈએ.
4. પૂજારીઓ સરકારના કર્મચારી હોવા જોઈએ અને સામાન્ય નાગરિકોની જેમ તેઓ દેશના નાગરિક કાયદાને આધીન હોવા જોઈએ અને રાજ્ય સેવકોની જેમ તેઓ તેમના વર્તન, શ્રદ્ધા અને પૂજામાં સરકારના અનુશાસનને આધીન હોવા જોઈએ.
5. ભારતીય નાગરિક સેવા અધિકારીઓની જેમ, પુરોહિતોની સંખ્યા પણ સરકાર દ્વારા જરૂરિયાત મુજબ મર્યાદિત હોવી જોઈએ.

કેટલાક લોકોને મારા આ શબ્દો કટ્ટરપંથી અને ક્રાંતિકારી લાગશે, પણ મારી સમજ પ્રમાણે તેમાં ક્રાંતિકારી કંઈ નથી. ભારતમાં લગભગ તમામ વ્યવસાયો નિયમો દ્વારા સંચાલિત થાય છે. ડોક્ટર્સ, એન્જિનિયર્સ અને એડવોકેટ્સે તેમનો વ્યવસાય શરૂ કરતા પહેલા ડિગ્રી મેળવવી પડે છે અને તે પછી જ તેમને વ્યવસાય શરૂ કરવાની મંજૂરી આપવામાં આવે છે. તેમની સમગ્ર કારકિર્દી દરમિયાન, આ લોકોએ માત્ર દેશના નાગરિક અને ફોજદારી કાયદાઓનું જ પાલન કરવાનું નથી, પરંતુ તેમના સંબંધિત વ્યવસાયોના વિશેષ નિયમો અને નૈતિક શિસ્તનું પણ પાલન કરવું પડશે. પરંતુ હિંદુ પુરોહિતનો વ્યવસાય એકમાત્ર એવો વ્યવસાય છે જે કોઈપણ પ્રકારની શિસ્તને આધીન નથી, તે એકમાત્ર વ્યવસાય છે જે કોઈપણ કાયદાને આધીન નથી અને તેના પર કોઈ નિયંત્રણો નથી. આમાં વ્યાવસાયિક શિસ્ત અને નિપુણતાની જરૂર નથી. માનસિક રીતે પુરોહિત પણ મૂર્ખ હોઈ શકે છે. શારીરિક રીતે કોઈ પુરોહિત ફાઉલ રોગ સિફિલિસ અથવા ગોનોરિયાથી પીડિત હોઈ શકે છે. તે નૈતિક રીતે ભ્રષ્ટ પાત્ર અથવા નાદાર હોઈ શકે છે. પરંતુ આ બધું હોવા છતાં, હિંદુઓના ધાર્મિક વિધિઓ કરવા સાથે, તેઓ પવિત્ર સ્થાનોના ગર્ભગૃહમાં પહોંચવા અને દેવી-દેવતાઓની પૂજા કરવા માટે સંપૂર્ણ લાયક માનવામાં આવે છે. હિન્દુઓમાં આ બધું શક્ય છે કારણ કે પુરોહિત જાતિમાં જન્મ લેવો પુરોહિત માટે પૂરતો છે.

આમ, આ સમગ્ર વ્યવસ્થા નફરતને પાત્ર છે અને આ જ કારણ છે કે હિંદુઓનો પુરોહિત વર્ગ ન તો કોઈ કાયદાથી બંધાયેલો છે કે ન તો તે કોઈ નૈતિક શિસ્ત હેઠળ બંધાયેલો છે. પૂજારી માટે કોઈ નિયત ફરજ નથી. આ માટે ફરજો બનાવવામાં આવી નથી, તેથી તેમના વિશે

વિચારવું પણ શક્ય નથી. તે ફક્ત અધિકારો અને વિશેષાધિકારો વિશે જ જાણે છે. આ એક એવો પરોપજીવી કીડો છે જેને દેવતાઓએ સમાજના માનસિક અને નૈતિક શોષણ માટે ખુલ્લો છોડી દીધો છે. તેથી, મેં ઉપર વર્ણવ્યા મુજબ કાયદો બનાવીને પુરોહિત વર્ગને અંકુશમાં રાખવું ખૂબ જ જરૂરી છે. જો આમ થશે તો આ વર્ગ પ્રજાને ગેરમાર્ગે દોરીને નુકસાન કરી શકશે નહીં. કાયદો બન્યા બાદ આ વ્યવસાયનો માર્ગ દરેક માટે ખુલ્લો થવાથી દરેકને પૂજારી બનવાની તક મળશે અને પુરોહિત વ્યવસાયને લોકશાહી સ્વરૂપ મળશે. માત્ર આવો કાયદો બ્રાહ્મણવાદને ખતમ કરવામાં મદદ કરશે અને જાતિ પ્રથાને ખતમ કરવામાં પણ મદદ કરશે કારણ કે બ્રાહ્મણવાદ આ જાતિ વ્યવસ્થાની માતા છે. બ્રાહ્મણવાદના ઝેરે ભારતીય સમાજને બરબાદ કરી દીધો છે, તેથી બ્રાહ્મણવાદને ખતમ કરીને તમે હિંદુ ધર્મને બચાવી શકો છો અને પુનર્જીવિત કરી શકો છો. મારા આ સુધારા સામે કોઈને કોઈ વાંધો કે વિરોધ ન હોવો જોઈએ. આર્યસમાજીઓએ પણ તેનું સ્વાગત કરવું જોઈએ કારણ કે તે તેમના દ્વારા અપનાવવામાં આવેલા સિદ્ધાંત ‹ગુણ કર્મ›ને અનુરૂપ છે અને તેનું જ એક સ્વરૂપ છે.

જો તમે આ સુધારાઓ અમલમાં મૂકશો તો પણ તમારે તમારા ધર્મને એક નવો સૈદ્ધાંતિક આધાર ચોક્કસ આપવો પડશે, જે સ્વતંત્રતા, સમાનતા, બંધુત્વને અનુરૂપ છે, એટલે કે તે આધાર લોકશાહીનો હોવો જોઈએ. હું આ વિષયનો સત્તાવાર નિષ્ણાત નથી, પરંતુ મારા જ્ઞાનના આધારે હું તમને કહી શકું છું કે આ આધારને સ્થાપિત કરવા માટે તમારે કોઈ વિદેશી શાસ્ત્રનો આશ્રય લેવાની જરૂર નથી, બલ્કે આ સિદ્ધાંત તમારા પોતાના ઉપનિષદોમાં હાજર છે. હા, એ સાચું છે કે આ મૂળભૂત પાયા માટે તમારે ઉપનિષદમાં આપેલી કાચી માહિતીને સાફ કરવી પડશે અને તેને વધુ કાપ્યા વિના નવું સ્વરૂપ આપવું પડશે. આનો અર્થ જીવનની મૂળભૂત વિભાવનામાં ફેરફાર થશે. તેનો અર્થ જીવનના મૂલ્યોમાં સંપૂર્ણ પરિવર્તન થશે અને તેનો અર્થ મનુષ્યો અને વસ્તુઓના વર્તન અને વલણમાં સંપૂર્ણ પરિવર્તન થશે. તેનો અર્થ રૂપાંતર થશે પરંતુ જો તમને તે શબ્દ પસંદ ન હોય તો હું કહીશ કે તેનો અર્થ સંપૂર્ણ નવું જીવન હશે. પણ મૃત શરીરમાં નવું જીવન પ્રવેશી શકતું નથી. નવા જીવન માટે નવા શરીરની જરૂર પડશે. સાદા શબ્દોમાં એમ કહી શકાય કે નવું જીવન અસ્તિત્વમાં આવે તે પહેલાં જૂના શરીરનું મૃત્યુ થાય (સજીવન થાય) અને નવું જીવન તેમાં પ્રવેશે અને તેને ધબકારા લે તે ખૂબ જ મહત્વપૂર્ણ છે. મારો કહેવાનો મતલબ એટલો જ છે કે તમારે શાસ્ત્રોના આદેશને નકારીને શાસ્ત્રોના ધર્મનો નાશ કરવો પડશે.

■

25.

હિન્દુઓએ વિચારવા જેવા કેટલાક પ્રશ્નો

મેં તમારો ઘણો સમય લીધો છે તેથી હવે મારું ભાષણ સમાપ્ત કરવું યોગ્ય રહેશે. મારા માટે અહીં રોકાઈ જવું યોગ્ય રહેશે, પરંતુ હિંદુઓ માટે ઊંડું મહત્વ ધરાવતા આ વિષય પર હિંદુ શ્રોતાઓ સમક્ષ આ મારું છેલ્લું ભાષણ હશે. મારું ભાષણ પૂરું કરતાં પહેલાં, જો હિંદુઓ મને પરવાનગી આપશે, તો હું કેટલાક પ્રશ્નો રજૂ કરવા માંગુ છું જેને હું જીવન અને મૃત્યુ જેવા મહત્વપૂર્ણ માનું છું અને તેમને ગંભીરતાથી વિચારવાનું આમંત્રણ આપું છું.

હિંદુઓએ સૌથી પહેલા વિચારવું જોઈએ કે શું વિશ્વના વિવિધ લોકોમાં જોવા મળતી માન્યતાઓ, આસ્થા, આદતો, સ્વભાવ, નૈતિકતા અને જીવનના દૃષ્ટિકોણ વિશે માનવશાસ્ત્રીઓના શાંત અને સૌમ્ય અભિપ્રાયને સ્વીકારવું પૂરતું છે? આ વસ્તુઓ વ્યક્તિએ વ્યક્તિએ અલગ અલગ હોય છે, બીજું કંઈ કહેવાની જરૂર નથી, શું માનવ સમાજમાં તે કેવા પ્રકારની માન્યતાઓ, વર્તન, સ્વભાવ, વિચારો, નૈતિકતા અને દૃષ્ટિકોણ છે તે જાણવાની જરૂર નથી? આપણા માટે આ ફાયદાકારક છે અને ઉત્તમ કાર્ય પ્રદાન કર્યું છે. અને જે લોકોમાં આ બધું હાજર હતું તેણે તેમને વાંચન, લેખન, વિકાસ, માનવ સમાજને મજબૂત કરવા, પૃથ્વીને વસાવવા અને તેના પર સામ્રાજ્યો સ્થાપિત કરવા સક્ષમ બનાવ્યા છે. પ્રો. કાર્વરનો મત એ છે કે, «નૈતિકતા અને ધર્મને જે નૈતિક સંમતિ અને અસંમતિનું ગઠબંધન બતાવવા માટે નૈતિકતા અને ધર્મની લડાઈમાં ઉપયોગમાં લેવાના સાધન તરીકે તે જ રીતે ગણવું જોઈએ જે રીતે હુમલા અને

સંરક્ષણની લડાઈમાં પંજા, નખ, શિંગડા અને ખૂર, ચાંચ અને પીંછાનો ઉપયોગ શસ્ત્રો તરીકે થાય છે.

આવા સામૂહિક જૂથો, જાતિઓ અને રાષ્ટ્રો આખરે નાશ પામે છે જે નૈતિકતાની એવી નબળી યોજના બનાવે છે જે અમલમાં મૂકી શકાતી નથી નબળા અને અયોગ્ય સમાજો સ્વીકૃતિની ભાવના પેદા કરે છે, જ્યારે સામાજિક ક્રિયાઓ કે જે તેમને મજબૂત કરે છે અને તેમને વિકસાવવામાં મદદ કરે છે તેના કારણે તેઓ અસ્વીકારની લાગણી પેદા કરે છે અને અંતે તે અસ્તિત્વ માટેના સંઘર્ષમાં નાશ પામે છે. આ સમાજોની પસંદ અને નાપસંદની ટેવ છે, જે ધર્મ અને નૈતિકતાની ભેટ છે, જે કોઈપણ સમુદાય અથવા રાષ્ટ્રને સમાન બનાવે છે.

તે શરીરને એ રીતે લકવાગ્રસ્ત કરે છે, જેમ માખીઓને તેમના શરીરની એક બાજુ બે પાંખો અને બીજી બાજુ એક પાંખ ન હોય તો તેઓ ઉડી શકશે નહીં.

જો એક સિસ્ટમ સારી હશે તો બીજી પણ સારી હશે એવી દલીલ કરવી નકામી છે. તેથી નૈતિકતા અને ધર્મ એ માત્ર પસંદ-નાપસંદનો વિષય નથી. તમને નૈતિકતાની યોજના અને ન્યાયની વ્યવસ્થા ખૂબ જ નાપસંદ થઈ શકે છે જે સમગ્ર દેશને વિશ્વનો સૌથી શક્તિશાળી દેશ બનાવી શકે છે. આવું રાષ્ટ્ર તમારા અણગમા છતાં શક્તિશાળી બનશે. તમને નૈતિકતા અને ન્યાયના આદર્શોની સિસ્ટમ ખૂબ ગમશે, જે સમગ્ર દેશમાં લાગુ કરવામાં આવે તો તે રાષ્ટ્રને રાષ્ટ્રો વચ્ચે અસ્તિત્વની લડાઈમાં બિનઅસરકારક બનાવી દેશે. અને તમારી ઇચ્છાઓ અને પસંદગીઓ હોવા છતાં, તે દેશ આખરે અદૃશ્ય થઈ જશે. આથી હિન્દુ સમાજે પોતાના ધર્મ અને નૈતિકતાને સમાજનું અસ્તિત્વ ટકાવી રાખવાના દૃષ્ટિકોણથી તપાસવું જોઈએ.

બીજી વાત એ છે કે હિંદુ સમાજે વિચારવું જોઈએ કે શું તેમણે તેમની પરંપરાના સમગ્ર સામાજિક વારસાને સાચવવા જોઈએ કે જે ઉપયોગી હોય તેને જ પસંદ કરીને આવનારી પેઢીઓને સોંપવી જોઈએ, અને તેનાથી વધુ નહીં. પ્રો. ડેવી, જે કોલંબિયા યુનિવર્સિટીમાં મારા માર્ગદર્શક હતા અને જેમનો હું ખૂબ જ ઋણી છું, તેણે કહ્યું છે કે, «દરેક સમાજ મૃત અને વિકૃત રૂઢિપ્રથાઓથી દબાયેલો છે. જ્યારે સમાજમાં આધુનિક અને પ્રગતિશીલ વિચારોનો પ્રકાશ ફેલાય છે, ત્યારે તે સમાજ બનવાનું શરૂ કરે છે. આપણી બધી વર્તમાન સિદ્ધિઓને સાચવીને ભવિષ્યની પેઢીઓને સોંપવી એ યોગ્ય રહેશે કે જે એક સારા ભાવિ સમાજનું નિર્માણ કરી શકે તેટલી જ? ફ્રેંચ ક્રાંતિને આધારભૂત પરિવર્તનના સિદ્ધાંતો સામે તેમના કટ્ટર વિરોધ હોવા છતાં, ક્રાંતિકારી બર્કને એ સ્વીકારવાની ફરજ પડી હતી

કે, «જો કોઈ પણ સરકાર પરિવર્તનના માધ્યમોથી વંચિત છે, તો તેના અભાવને કારણે તેનું અસ્તિત્વ ચાલુ રાખવાની કોઈ શક્યતા નથી.» આવા સંસાધનો, સરકાર બંધારણના તે ભાગને ગુમાવવાના ભયમાં છે જેને તે કોઈપણ કિંમતે બચાવવા માંગે છે. સરકાર વિશે બર્કનું નિવેદન સમાજને પણ એટલું જ લાગુ પડે છે.

ત્રીજી વાત એ છે કે હિંદુ સમાજે વિચારવું જોઈએ કે શું તેમણે જૂના સમયની પૂજા કરવાનું બંધ કરવું જોઈએ જે તેમને તેમના આદર્શો આપે છે, જે સમય પસાર થઈ ગયો છે? પ્રો. ડીવેએ સાચું કહ્યું છે કે, “માણસ માત્ર વર્તમાનમાં જ જીવી શકે છે, તેનો અર્થ એ નથી કે તે ભૂતકાળ પછી આવે છે વર્તમાન પાછળ, તો જ ભૂતકાળ અને તેના જ્ઞાન અને પરંપરાનું મહત્વ છે.

જ્યારે તે વર્તમાનકાળમાં પ્રવેશે છે અન્યથા તેનું કોઈ મહત્વ નથી. પરંતુ જૂના દસ્તાવેજો, અવશેષો અને નોંધોને શિક્ષણનો મુખ્ય વિષય બનાવીને, ભૂતકાળ ભૂલથી વર્તમાનનો વિરોધ કરે છે અને વર્તમાન, વધુ કે ઓછા, ભૂતકાળનું નિરર્થક અનુકરણ બની જાય છે.» સિદ્ધાંત જે અસ્તિત્વ અને પ્રગતિ માટે મહત્વપૂર્ણ છે. વર્તમાન કાર્યને ઓછું મહત્વ આપતા, તે સ્વાભાવિક રીતે વર્તમાનને ખાલી અને ભવિષ્યને ખૂબ જ દૂર માને છે અને આવો સિદ્ધાંત જીવનના મજબૂત અને સ્થિર પ્રવાહમાં અવરોધ છે.

અને હવે ચોથી વાત એ છે કે હિંદુઓએ એ વિચારવું જોઈએ કે શું તેમના માટે એ સમય નથી આવ્યો જ્યારે તેમને સમજવું જોઈએ કે દુનિયામાં કંઈ પણ સ્થિર નથી, કંઈ પણ શાશ્વત નથી, બધું જ પરિવર્તનશીલ છે. વિશ્વ બદલાતા સમાજમાં, જૂની માન્યતાઓ અને કર્મકાંડોમાં ક્રાંતિકારી ફેરફારો થવા જોઈએ અને હિંદુઓએ સમજવું જોઈએ કે જો લોકોની ક્રિયાઓને માપવા માટેના માપદંડો જરૂરી હોય તો તેઓએ તે પરિમાણો બદલવા અથવા સુધારવા માટે પણ તૈયાર રહેવું જોઈએ.

■

26.

જાતિ વ્યવસ્થાને જડમૂળથી ઉખેડી નાખવાની જરૂર છે

હું કબૂલ કરું છું કે મારી વાણી ઘણી લાંબી થઈ ગઈ છે. હવે તમારે નક્કી કરવાનું છે કે ભાષણના વિષયની પહોળાઈ અને ગંભીરતા વાણીની લંબાઈના અભાવને કેટલી હદે વળતર આપે છે. હું માત્ર એવો દાવો કરું છું કે મેં નિખાલસતાથી તમારા મંતવ્યો તમારી સમક્ષ મૂક્યા છે, હું તમને તેમને સ્વીકારવા માટે કહી શકતો નથી, પરંતુ હું તમને તમારા ભાગ્ય વિશે ઊંડી ચિંતા કરવા માટે તેમનો ઊંડો અભ્યાસ કરવા કહું છું. જો તમે મને આમ કહેવાની મંજૂરી આપો તો હું કહીશ કે આ વિચારો એવા વ્યક્તિના વિચારો છે જે કોઈ સત્તાના હાથની કઠપૂતળી (સાધન) નથી કે કોઈ મોટા લોકોના ખુશામતખોર નથી. આ એવા વ્યક્તિના વિચારો છે જેમનું આખું જીવન ગરીબો અને દલિત લોકોની આઝાદીની લડતમાં વીત્યું છે. પરંતુ જેમને રાષ્ટ્રીય અખબારો અને સામયિકો અને રાષ્ટ્રીય નેતાઓના ખોટા આક્ષેપો અને અપશબ્દોની સતત આડશ સિવાય સન્માન અને પુરસ્કારના માર્ગમાં કંઈ મળ્યું નથી. આવા પુરસ્કારનું એકમાત્ર કારણ એ છે કે હું તેના ચમત્કારમાં ભાગ લેવા માટે સંમત ન હતો (હું તેને છેતરપિંડીનું કાર્ય કહીને તમને નારાજ કરવા માંગતો નથી). જુલમીઓના પૈસાથી પીડિતોને મુક્ત કરવાના અને અમીરોના પૈસાથી ગરીબોને ઉત્થાન આપવાના ચમત્કારમાં હું સામેલ નહોતો. મેં તે અખબારો અને નેતાઓને સમર્થન આપવાની ના પાડી.

આ બધું કદાચ મારા મંતવ્યોને મહત્વ આપવા માટે પૂરતું નથી, અને હું એ પણ સમજું છું કે તમારા મંતવ્યો બદલાય તેવી શક્યતા નથી,

પરંતુ તે સંપૂર્ણપણે તમારા પર છે કે તમારા વિચારો બદલાય છે કે નહીં? જો મારી રીતે નહીં તો તમારે તમારી રીતે જાતિ પ્રથાને જડમૂળથી ઉખેડી નાખવાનો પ્રયાસ ચોક્કસ કરવો જોઈએ. હું દિલગીર છું કે હું તમારો સાથ આપી શકીશ નહીં. મેં ધર્મ પરિવર્તન (ધર્મ પરિવર્તન) કરવાનો નિર્ણય લીધો છે અને તેના કારણો તમને જણાવવા માટે આ યોગ્ય સ્થળ અને પ્રસંગ નથી, પરંતુ જો હું તમારી મર્યાદાની બહાર જઈશ, તો હું તમારી હિલચાલ અને પ્રવૃત્તિઓને ઉત્સુકતા અને સહાનુભૂતિ સાથે જોતો રહીશ. અને હું જે પણ કરવા સક્ષમ છું તેમાં તમે મારી મદદ માટે પૂછશો, તો હું તે કરીશ. તમારો હેતુ રાષ્ટ્રીય લાગણી સાથે જોડાયેલો છે. તેમાં કોઈ શંકા નથી કે

જાતિ પ્રથા મુખ્યત્વે હિંદુઓની સમસ્યા છે કારણ કે હિંદુઓએ સમગ્ર વાતાવરણને ગંદુ બનાવી દીધું છે જેના કારણે શીખ, મુસ્લિમ, ખ્રિસ્તી બધા જ તેનાથી પીડાઈ રહ્યા છે. તેથી, તમે આ ચેપી રોગથી પીડિત તમામ લોકો પાસેથી સમર્થન મેળવવાની આશા રાખો છો. જેમ સ્વરાજ્ય એટલે કે દેશની આઝાદીના યુદ્ધમાં આખું રાષ્ટ્ર એકસાથે આવે છે, પણ રાષ્ટ્રીય આઝાદીના પ્રશ્ન કરતાં તમારો ઉદ્દેશ્ય વધુ અઘરો છે. જાતિ વ્યવસ્થા સામેના યુદ્ધમાં તમારે આખા રાષ્ટ્ર સામે લડવું પડશે અને તે પણ એકલાએ, પરંતુ આ સ્વરાજ માટેના આંદોલન કરતાં વધુ મહત્ત્વનું છે. જો સ્વરાજ્ય પ્રાપ્ત થાય તો પણ જ્યાં સુધી આપણે તેની રક્ષા કરવા સક્ષમ ન હોઈએ ત્યાં સુધી તે લાભદાયક નથી. સ્વરાજ્ય હેઠળ, સ્વરાજ્ય પ્રાપ્ત કરવા કરતાં હિંદુઓનું રક્ષણ વધુ મહત્વનું છે. મારા મતે જો હિંદુ સમાજ જાતિ પ્રથામાંથી મુક્ત થશે તો તેની પાસે પોતાનું રક્ષણ કરવા માટે પૂરતી તાકાત હશે. આ આંતરિક શક્તિ વિના હિંદુઓ માટે સ્વરાજ એ ગુલામી તરફનું એક પગલું જ સાબિત થશે. હું તમને તમારી સફળતા માટે શુભેચ્છા પાઠવું છું, ગુડબાય!

■

પરિશિષ્ટ-1

મહાત્મા ગાંધી દ્વારા જાતિ વ્યવસ્થાની તરફેણમાં સમર્થન: ગાંધીજી દ્વારા સંપાદિત «હરિજન» અખબારમાં પ્રકાશિત તેમના ત્રણ લેખો.

1. ડૉ. આંબેડકરના આક્ષેપો/આરોપો

વાચકોએ યાદ રાખવું જોઈએ કે ગયા મે 1936માં, ડૉ. આંબેડકર જાત-પાત તોડક મંડળ, લાહોરની વાર્ષિક પરિષદની અધ્યક્ષતા કરવાના હતા. પરંતુ તે પરિષદ રદ કરવામાં આવી હતી કારણ કે તેની સ્વાગત સમિતિને ડો. આંબેડકરનું અધ્યક્ષીય ભાષણ સ્વીકાર્ય ન હતું. તેમનું ભાષણ સ્વાગત સમિતિ માટે અયોગ્ય હોઈ શકે છે, પરંતુ પ્રશ્ન એ ઊભો થાય છે કે સ્વાગત સમિતિએ તેમને પોતાની સ્વતંત્ર ઇચ્છાથી પ્રમુખ તરીકે પસંદ કર્યા અને પછી માત્ર તેમના ભાષણને કારણે તેમને પ્રમુખ તરીકે નકારી કાઢ્યા તે કેટલી હદે વ્યાજબી છે? સમિતિ હિંદુ ધાર્મિક ગ્રંથો અને જાતિ પ્રથા અંગે ડૉ. આંબેડકરના વિચારોથી સારી રીતે વાકેફ હતી. તે એ પણ જાણતી હતી કે ડો. આંબેડકરે ખૂબ જ સ્પષ્ટ શબ્દોમાં જાહેરાત કરી હતી કે તેઓ થોડા દિવસોમાં હિંદુ ધર્મ છોડી દેશે. સમિતિએ ડો. આંબેડકર પાસેથી તેમના સંબોધન માટે જે ભાષણ તૈયાર કર્યું હતું તેના કરતાં ઓછી અપેક્ષા ન રાખવી જોઈએ. એવું લાગે છે કે સ્વાગત સમિતિ જાહેર જનતાને એવી વ્યક્તિના મૂળ મંતવ્યો સાંભળવાની તક આપવા માંગતી ન હતી કે જેણે સમાજમાં પોતાનું એક વિશિષ્ટ સ્થાન કોતર્યું છે. ભવિષ્યમાં ડો. આંબેડકર તેમના નામ પર ગમે તે ધાર્મિક લેબલ લગાવે, તેઓ હવે એવા વ્યક્તિ નથી રહ્યા કે જેને સમાજ અને પોતાને પણ ભૂલી જશે.

ડો. આંબેડકર એવી વ્યક્તિ ન હતી જે સ્વાગત સમિતિમાંથી હાર સ્વીકારે. તેમણે પોતાના ખર્ચે પોતાનું ભાષણ છપાવીને તેને રદ કરીને સમિતિને જવાબ આપ્યો. તેણે તેની કિંમત આઠ આના રાખી છે. હું આ કિંમતને બે આના અથવા વધુમાં વધુ ચાર આના સુધી ઘટાડવાનું

સૂચન કરીશ. કોઈ પણ સમાજ સુધારક આ ભાષણને અવગણી શકે નહીં. રૂઢિચુસ્ત લોકોને પણ આ વાંચીને ફાયદો થશે. પણ એનો અર્થ એવો નથી કે ભાષણમાં કોઈ વાંધાને અવકાશ નથી. જો તેમાં ગંભીર વાંધાને અવકાશ હોય તો તે વાંચવું જ જોઈએ. ડો.આંબેડકર હિન્દુ ધર્મ માટે એક પડકાર છે. તેનો ઉછેર એક હિંદુ તરીકે થયો હતો અને તેણે હિંદુ રાજાની મદદથી તેનું શિક્ષણ મેળવ્યું હતું. ડો. આંબેડકરે ઉચ્ચ જાતિના હિંદુઓ તરફથી જે વર્તન સહન કરવું પડ્યું તેના કારણે તેમના મનમાં ધિક્કાર પેદા થયો. તેથી, તેઓએ માત્ર તેમને જ નહીં, પરંતુ હિન્દુ ધર્મને પણ છોડી દેવાનો નિર્ણય કર્યો છે જે તેમનો વારસો હતો અને ઉચ્ચ જાતિના હિન્દુઓનો હતો. તેણે તેના અનુયાયીઓનાં એક વર્ગ સામે તેની તીવ્ર નફરતને ધર્મની વિરુદ્ધ જ ફેરવી દીધી. પરંતુ આમાં આશ્ચર્યજનક કંઈ નથી. છેવટે, કોઈપણ વ્યક્તિ પરંપરા અથવા સંસ્થાને તેના અનુગામીઓ અને નેતાઓના વર્તન દ્વારા નક્કી કરી શકે છે. આનાથી વધુ, ડૉ. આંબેડકરે ધ્યાન દોર્યું કે મોટી સંખ્યામાં ઉચ્ચ જાતિના હિંદુઓ તેમના ધર્મના અસ્પૃશ્યો સાથે અમાનવીય વર્તન કરે છે અને એટલું જ નહીં, તેઓ આ વર્તનને તેમના ધાર્મિક ગ્રંથોના આદેશો પર આધારિત માનતા હતા. જ્યારે ડૉ. આંબેડકરે આ ધાર્મિક ગ્રંથોની તપાસ કરવાનું શરૂ કર્યું, ત્યારે તેમને અસ્પૃશ્યતામાં હિંદુઓની માન્યતા અને તેના કારણે સર્જાયેલી મૂંઝવણ સામે ઘણાં પુરાવા મળ્યા. ભાષણના લેખકે શાસ્ત્રોના પ્રકરણો અને શ્લોકોના ઉદાહરણો આપીને તેમના નિવેદનના સમર્થનમાં ત્રણ આક્ષેપો કર્યા છે. પ્રથમ, અમાનવીય વર્તન, બીજું, અત્યાચાર કરનારાઓએ નિર્લજ્જતાથી તેમના વર્તનને યોગ્ય ઠેરવ્યું અને ત્રીજું, હિન્દુ ધાર્મિક ગ્રંથોમાં પણ આવા વર્તનને યોગ્ય માનવામાં આવ્યું છે. કોઈપણ હિંદુ તેના ધર્મની કિંમત તેના જીવન કરતાં વધુ મૂલ્યવાન માને છે અને તેના મહત્વને ઓછું આંકવાની હિંમત કરી શકતો નથી. આ અમાનવીય વ્યવહારને ધિક્કારનાર માત્ર ડૉ.આંબેડકર જ નથી. તે તેમની વચ્ચે સૌથી સક્ષમ વ્યક્તિ છે અને કોઈપણ પ્રકારની સમજૂતી કરવા માંગતો નથી. ભગવાનનો આભાર કે નેતાઓની આગળની હરોળમાં ડો. આંબેડકર તેમના અનન્ય સ્વભાવમાં સંપૂર્ણપણે એકલા છે અને એક નાની લઘુમતીનું પ્રતિનિધિત્વ કરે છે. પણ તે ગમે તે બોલે, એ જ અવાજ દલિત વર્ગના તમામ આગેવાનો ઓછાવત્તા અંશે મજબૂત રીતે ઉઠાવે છે. રામ બહાદુર એમ.સી. રાજા અને દીવાન બહાદુર શ્રીનિવાસન માત્ર હિંદુ ધર્મ છોડી દેવાની ધમકી આપતા નથી પરંતુ મોટી સંખ્યામાં હરિજનો પર થયેલા જુલમ અને અન્યાયનો બદલો લેવા માટે તેમના ધર્મ સાથે જોડાયેલા હોવાની લાગણી પણ અનુભવે છે. ડૉ.

આંબેડકર જે કહે છે તેને અવગણવાનો પુરાવો નથી કે ઘણા અસ્પૃશ્ય નેતાઓ હજુ પણ હિંદુ ધર્મ અપનાવી રહ્યા છે. ઉચ્ચ જાતિના હિંદુઓએ તેમની માન્યતાઓ અને વર્તનમાં સુધારો કરવો પડશે. સૌ પ્રથમ, ઉચ્ચ જાતિઓમાંના વિદ્વાનો અને પ્રભાવશાળી લોકોએ તેમના ધાર્મિક ગ્રંથોનું યોગ્ય અર્થઘટન કરવું જોઈએ. ડો. આંબેડકરે તેમના આરોપમાં નીચેના પ્રશ્નો ઉઠાવ્યા છે એટલે કે આરોપ -

1. ધર્મશાસ્ત્ર શું છે? 2. જે ગ્રંથો છાપવામાં આવ્યા છે તે આ ગ્રંથોનો એક ભાગ ગણવા જોઈએ અથવા તેમાંના કોઈપણ ભાગને આક્રમક રીતે ઉમેરવામાં આવે છે અને તેને રદ કરી શકાય અથવા નકારી શકાય છે? 3. અસ્પૃશ્યતા, જાતિવાદ, અસમાનતા, રોટી-બેટીના સંબંધો જેવા પ્રશ્નોના આવા માન્ય અને સ્વીકૃત શુદ્ધ ધાર્મિક ગ્રંથોના જવાબ શું છે? (ડૉ. આંબેડકરે તેમના ભાષણમાં આ બધી બાબતોની તપાસ કરી છે) આ પ્રશ્નોના મારા જવાબો અને ડૉ. આંબેડકરના સંશોધનાત્મક લેખમાં કરેલી કમસેકમ કેટલીક મોટી ખામીઓ પર મારી ટિપ્પણીઓ 'હરિજન'ના આગામી અંકમાં આપવાના છે પ્રયત્ન કરશે. (હરિજન, 11 જુલાઈ 1936)

2. જાતિ પ્રથાને ધર્મ સાથે કોઈ લેવાદેવા નથી

રામાયણ અને મહાભારત સહિત વેદ, ઉપનિષદ, સ્મૃતિ અને પુરાણોને હિન્દુઓના ધર્મશાસ્ત્ર કહેવામાં આવે છે. પરંતુ આ યાદી અંતિમ એટલે કે પૂર્ણ નથી. દરેક યુગ અને પેઢીએ આ યાદીમાં પોતપોતાનો ભાગ ઉમેર્યો છે. તેથી, એ માન્યતા હોવી જોઈએ કે દરેક મુદ્રિત હસ્તલિખિત લખાણ ધર્મશાસ્ત્ર નથી. ઉદાહરણ તરીકે, સ્મૃતિઓમાં ઘણું બધું છે પરંતુ તે ક્યારેય ભગવાનના શબ્દો તરીકે ગણી શકાય નહીં. આ રીતે, સ્મૃતિમાંથી ડો. આંબેડકરે આપેલા અનેક શ્લોકો અધિકૃત ગણી શકાય નહીં. જે શાશ્વત છે અને જે કોઈના મનને આકર્ષે છે અને પરિવર્તિત કરે છે. આધ્યાત્મિક અનુભવ માટે સક્ષમ ન હોય અને તર્કની કસોટી પર પરીક્ષણ ન કરી શકાય તેવી કોઈ પણ વસ્તુને ભગવાનનો શબ્દ ગણી શકાય નહીં. જ્યારે તમને આ શાસ્ત્રોનું સચોટ સંસ્કરણ મળશે, ત્યારે તમારે તેનું અર્થઘટન કરવાની જરૂર પડશે. શ્રેષ્ઠ દુભાષિયા કોણ છે? ચોક્કસપણે સામાન્ય વ્યક્તિ ન હોઈ શકે. વિદ્વતા હોવી જરૂરી છે પણ તેના પર ધર્મ ટકી શકતો

નથી. ધર્મ તેના સંતો અને દ્રષ્ટાઓના અનુભવો અને તેમના જીવન અને વાતોમાં રહેલો છે. જ્યારે લોકો ધાર્મિક ગ્રંથોના વિદ્વાન ભાષ્યકારોને સંપૂર્ણપણે ભૂલી ગયા છે, ત્યારે પણ ઋષિ-મુનિઓ પાસે હજુ પણ સંચિત અનુભવ હશે અને તે આવનારા યુગો માટે પ્રેરણારૂપ બનશે.

જાતિ પ્રથાને ધર્મ સાથે કોઈ લેવાદેવા નથી. જાતિ એક એવો રિવાજ છે જેનું મૂળ હું જાણતો નથી અને મારી આધ્યાત્મિક ભૂખ સંતોષવા જાણવાની જરૂર પણ અનુભવતો નથી. પરંતુ હું સારી રીતે જાણું છું કે જાતિ આધ્યાત્મિક અને રાષ્ટ્રીય બંને વિકાસ માટે ખૂબ જ નુકસાનકારક છે. વર્ણ અને આશ્રમ એવી બે સંસ્થાઓ છે જેને જ્ઞાતિ સાથે કોઈ સંબંધ નથી. જાતિ વ્યવસ્થાનો નિયમ આપણને શીખવે છે કે દરેક વ્યક્તિએ તેના પૂર્વજોના પારિવારિક વ્યવસાયને અનુસરીને તેની આજીવિકા મેળવવી જોઈએ.

આ નિયમો આપણને આપણા અધિકારો વિશે નહીં પણ આપણી ફરજો વિશે જણાવે છે. વર્ણ પ્રથા અનિવાર્યપણે તે વ્યવસાયોથી બનેલી છે જે માનવતાના કલ્યાણને વધારે છે. આ સિવાય બીજું કંઈ નહીં. આ સિસ્ટમ એ પણ બતાવે છે કે કોઈ પણ વ્યવસાય ખૂબ નીચો અથવા ખૂબ ઊંચો નથી. બધા સારા છે, બધા કાયદાકીય રીતે ન્યાયી છે અને સામાજિક સ્થિતિમાં બધા સમાન છે. એક બ્રાહ્મણનો આધ્યાત્મિક ગુરુનો વ્યવસાય અને સફાઈ કામદારનો વ્યવસાય બધા સમાન છે અને તેમના સોંપાયેલા કાર્યો ભગવાન સમક્ષ સમાન મહત્વ ધરાવે છે અને એવું લાગે છે કે કેટલીકવાર તેઓ માણસની નજરમાં સમાન પુરસ્કાર અથવા વળતર મેળવે છે. બ્રાહ્મણ અને સફાઈ કામદાર બંને તેમની આજીવિકા મેળવવાના હકદાર સિવાય બીજું કંઈ નથી. આજે પણ ગામડાઓમાં આ વ્યવસ્થાની તંદુરસ્ત પરંપરાનું ધૂંધળું ચિત્ર અમુક જગ્યાએ જોવા મળે છે.

600 ની વસ્તીવાળા નાના ગામમાં રહેતા, મેં જોયું કે બ્રાહ્મણો સહિત વિવિધ વ્યવસાયો કરતા લોકોની કમાણીમાં કોઈ ખાસ તફાવત નથી. હું એ પણ જોઉં છું કે સામાજિક અધોગતિના આ સમયમાં પણ એવા સાચા બ્રાહ્મણો છે જેઓ પોતાની મરજીથી આપેલા દાન પર જીવે છે અને પોતાનું આધ્યાત્મિક જ્ઞાન બીજાઓને વહેંચે છે. જાતિ પ્રથાના નિયમોના કથળેલા સ્વરૂપને જોઈને જાતિ વ્યવસ્થાના સિદ્ધાંતનો નિર્ણય કરવો તે ખોટું અને અયોગ્ય હશે કારણ કે ઘણીવાર એવું જોવા મળ્યું છે કે લોકો તેની ખરાબીઓ અને ભૂલોને અપનાવે છે. કોઈપણ વર્ણ માટે પોતાનું વર્ણ બીજા વર્ણ કરતાં વધુ સારું કે શ્રેષ્ઠ હોવાનો ગર્વ કરવો એ તેના કાયદાનો વિરોધ કરવા જેવું છે, અને અસ્પૃશ્યતાને સાબિત કરતા વર્ણ પ્રણાલીના કાયદામાં એવો કોઈ પુરાવો નથી. હિંદુ ધર્મનો સાર તેને એક

અને માત્ર એક જ ભગવાનનું સ્વરૂપ કહેવામાં અને અહિંસાને માનવ પરિવારના કાયદા અથવા વીરતા તરીકે સ્વીકૃતિ આપવામાં રહેલો છે. હું જાણું છું કે ડૉ. આંબેડકર સિવાય બીજા ઘણા લોકો પણ મારા હિંદુ ધર્મના આ અર્થઘટન સામે વાંધો ઉઠાવશે. પણ આનાથી મારી પરિસ્થિતિમાં કોઈ ફરક નહીં પડે. આ તે અર્થઘટન છે જેના આધારે મેં લગભગ પચાસ વર્ષ સુધી મારું જીવન જીવ્યું છે અને મેં આ માન્યતાઓને મારા જીવનમાં સમાવિષ્ટ કરવાનો અને તેને નિયમિત રાખવાનો પ્રયાસ કર્યો છે.

મારા મતે, ડૉ. આંબેડકરે તેમના ભાષણમાં સૌથી મોટી ભૂલ કરી છે તે શંકાસ્પદ પુરાવાઓ

અને પસંદ કરેલા હિંદુઓનો ઉપયોગ કરવાની છે. તે કહેવાતા ઉચ્ચ જ્ઞાતિના હિંદુઓ જે ધર્મના અનુયાયીઓ હોવાનો દાવો કરે છે તે નિમ્ન અને પતિત હિંદુ છે, દુ:ખદ રીતે હિંદુને ખોટી રીતે રજૂ કરવામાં આવ્યા જે ધર્મનું સાચું ઉદાહરણ નથી. ડો.આંબેડકરે જે ધોરણોના આધારે ધર્મનો નિર્ણય કર્યો છે તે રીતે ચકાસણી કરવાથી તો બધા જીવંત ધર્મો નિષ્ફળ જશે. તેમના વક્તવ્યમાં ડૉ. આંબેડકરે આ વાતને બહુ વધારીને કહી છે. જે ધર્મને ચૈતન્ય, જ્ઞાનદેવ, તુકારામ, તિરુવલ્લુવર, રામકૃષ્ણ પરમહંસ, રાજા રામમોહન રોય, મહર્ષિ દેવેન્દ્ર નાથ ઠાકુર, વિવેકાનંદ અને બીજા ઘણા મહાપુરુષો માનતા હતા, તો શું તેમાં ડૉ. આંબેડકરે કહ્યું છે એવો કોઈ ગુણ નથી? કોઈપણ ધર્મને તેના સૌથી ખરાબ ઉદાહરણો દ્વારા નક્કી ન કરવો જોઈએ, તેના શ્રેષ્ઠ પરિણામો દ્વારા નક્કી કરવો જોઈએ. જો આપણે તેને સુધારી ન શકીએ તો માત્ર આ રીતના પરિમાણોની જ અપેક્ષા રાખી શકાય છે. (હરિજન, 18 જુલાઈ 1936)

3. વર્ણ વિ. જાતિ

જાત-પાત તોડક મંડળ, લાહોરના શ્રી સંતરામજી ઈચ્છે છે કે હું તેમની આ ટિપ્પણી છાપું. જાત પાત તોડક મંડળ અને ડૉ. આંબેડકર વિશેની મેં (સંતરામે) તમારી (ગાંધીજીની) ટિપ્પણી વાંચી. આ સંદર્ભે હું વિનંતી કરવા માંગુ છું -

અમે અમારી કોન્ફરન્સની અધ્યક્ષતા માટે ડો. આંબેડકરને જે આમંત્રણ આપ્યું હતું તે એટલા માટે નહોતું કે તેઓ દલિત વર્ગના હતા કારણ કે અમે હિંદુઓમાં સ્પૃશ્ય અને અસ્પૃશ્ય વચ્ચે ભેદભાવ રાખતા

નથી. આમ છતાં, અમે તેમને એટલા માટે ચૂંટ્યા હતા કારણ કે તેમનો હિંદુ સમાજ માટેનો જાતિના જીવલેણ રોગના ઈલાજનો વિચાર આપણા જેવો જ છે, એટલે કે તેઓ એવું પણ માને છે કે જ્ઞાતિપ્રથા જ હિંદુઓના પરસ્પર વિખવાદ અને પતનનું મૂળ કારણ છે. ડો.આંબેડકરના પી.એચ.ડી. માટે લખાયેલ સંશોધન થીસીસનો વિષય જાતિ પ્રથા હોવાથી તેમણે આ વિષયનો ઊંડાણપૂર્વક અભ્યાસ કર્યો છે. અમારી કોન્ફરન્સનો મુખ્ય ઉદ્દેશ હિંદુઓને જાતિ પ્રથા નાબૂદ કરવા આગળ આવવા સમજાવવાનો હતો. પરંતુ સામાજિક અને ધાર્મિક બાબતોમાં કોઈપણ બિન-હિંદુના ભાષણની તેમના પર કોઈ અસર નહીં થાય. તેમના ભાષણના વિસ્તૃત ભાગમાં ડૉ. આંબેડકરે એ વાત પર વિશેષ ભાર મૂક્યો હતો કે આ તેમનું હિન્દુ તરીકેનું છેલ્લું ભાષણ હતું. આ પરિષદના ઉદ્દેશ્યો અને હિત માટે હાનિકારક અને અપ્રસ્તુત પણ હતું. તેથી, અમે ડો. સાહેબને ભાષણમાંથી આ ભાગ હટાવવાની વિનંતી કરી હતી કારણ કે તેઓ આ વાત અન્ય કોઈ પ્રસંગે કહી શક્યા હોત, પરંતુ તેમણે તેમ કરવાનો ઇનકાર કર્યો હતો અને પછી પરિષદમાં માત્ર દેખાડો કરવાથી અમને કોઈ ફાયદો દેખાતો નહોતો. આ બધું હોવા છતાં, હું મદદ કરી શકતો નથી પરંતુ તેમના ભાષણની પ્રશંસા કરી શકું છું. જ્યાં સુધી હું જાણું છું, આ ભાષણ આ વિષય પર ખૂબ જ વિદ્વતાપૂર્ણ અને સંશોધનાત્મક લેખ છે અને તેનો ભારતની દરેક ભાષામાં અનુવાદ કરવાની જરૂર છે.

આ ઉપરાંત, હું તમારા ધ્યાન પર લાવવા માંગુ છું કે જાતિ અને વર્ણ વચ્ચેનો તમારો દાર્શનિક તફાવત એટલો સૂક્ષ્મ છે કે તે સામાન્ય લોકો સમજી શકતા નથી કારણ કે હિન્દુ સમાજમાં જાતિ અને વર્ણ વ્યવહારિક રીતે એક જ વસ્તુ છે. કારણ એ છે કે બંનેનું કામ એક જ છે, એટલે કે બંને આંતરજ્ઞાતિય લગ્નો અને આંતરજ્ઞાતિય મિજબાનીઓની વિરુદ્ધ છે. વર્ણ પ્રણાલીનો તમારો (ગાંધીજીનો) સિદ્ધાંત આ યુગમાં અવ્યવહારુ છે, એટલે કે તે અપનાવવા યોગ્ય નથી અને ભવિષ્યમાં પણ સ્વીકારવામાં આવશે નહીં.

પુનરુત્થાનની કોઈ આશા નથી કારણ કે હિન્દુ લોકો જાતિ વ્યવસ્થાના ગુલામ છે અને તેને નાબૂદ કરવા પણ નથી માંગતા. તેથી, જ્યારે પણ તમે તમારી આદર્શ અથવા કાલ્પનિક જાતિ વ્યવસ્થાની હિમાયત કરો છો, ત્યારે તેઓ વિચારે છે કે જ્ઞાતિને વળગી રહેવું વધુ સારું છે. આ રીતે, સમાજમાં જાતિના વિભાજનની તરફેણમાં દલીલો કરીને, તમે સામાજિક સુધારણાને ભારે નુકસાન પહોંચાડી રહ્યા છો. કારણ કે આમ કરવાથી આપણા માર્ગમાં અવરોધો ઉભા થાય છે.

જાતિ વ્યવસ્થાને જડમૂળથી દૂર કર્યા વિના અસ્પૃશ્યતાને નાબૂદ

કરવાનો પ્રયાસ કરવો એ રોગના માત્ર બાહ્ય લક્ષણોની સારવાર કરવા અથવા પાણીની સપાટી પર રેખાઓ દોરવા સમાન છે. દ્વિજ (બ્રાહ્મણ) લોકો તેમના હૃદયના કોઈપણ ખૂણેથી કહેવાતા સ્પૃશ્ય અને અસ્પૃશ્ય શુદ્રોને સામાજિક સમાનતા આપવા માંગતા નથી. તેથી જ તેઓ જાતિ પ્રથા તોડવાનો ઇનકાર કરે છે પરંતુ સમસ્યાને ટાળવા માટે અસ્પૃશ્યતા નાબૂદ કરવા માટે ઉદારતાથી દાન આપતા રહે છે. અસ્પૃશ્યતા અને જાતિવાદ નાબૂદ કરવા માટે શાસ્ત્રોનો સહારો લેવો એ કાદવને કાદવથી ધોઈ નાખવા સમાન છે.

સંતરામજીના આ પત્રનો છેલ્લો ફકરો પહેલા ફકરાનો વિરોધાભાસ કરે છે. જો જ્ઞાતિ તોડનારા જૂથના લોકો શાસ્ત્રોની મદદ ન સ્વીકારે તો તેઓ ડો.આંબેડકરની જેમ જ કરે છે, એટલે કે તેઓ લોકોને હિંદુ રહેવા દેવા માંગતા નથી, તો પછી તેઓ આંબેડકરનો વિરોધ કેવી રીતે કરી શકે? ભાષણ માત્ર કારણ છે? શું માત્ર એટલા માટે કે તેમણે કહ્યું છે કે આ તેમનું હિંદુ તરીકેનું છેલ્લું ભાષણ છે?

જ્યારે મા. સંતરામ જી ડૉ. આંબેડકરના ભાષણની તમામ હકીકતો અને દલીલોની ખૂબ પ્રશંસા કરે છે, તો પછી તેમને ભાષણ આપતા અટકાવવાનું અર્થહીન લાગે છે. અહીં એ પૂછવું યોગ્ય રહેશે કે જો મંડળ શાસ્ત્રો સ્વીકારતું નથી તો પછી તે શું માને છે? જો કોઈ મુસ્લિમ કુરાનમાં માનતો નથી તો તે મુસ્લિમ કેવી રીતે રહી શકે જે બાઈબલમાં વિશ્વાસ નથી કરતો તે ખ્રિસ્તી કેવી રીતે રહી શકે? જો જાતિ અને વર્ણ એક જ વસ્તુ છે અને હિંદુ ધર્મ શું છે તે સમજાવે છે તે શાસ્ત્રોનો મુખ્ય ભાગ છે, તો મને સમજાતું નથી કે જે વ્યક્તિ જાતિ એટલે કે વર્ણમાં નથી માનતો તે પોતાને હિન્દુ કેવી રીતે કહી શકે? શ્રી મા. સંતરામ શાસ્ત્રોને કાદવ સાથે સરખાવે છે. જ્યાં સુધી હું જાણું છું, ડૉ. આંબેડકરે ધર્મગ્રંથોને આવા મનોહર નામો આપ્યાં નથી. જ્યારે હું કહું છું કે જો શાસ્ત્રો વર્તમાન અસ્પૃશ્યતાને સમર્થન આપે છે, તો હું મારી જાતને હિંદુ કહેવાનું બંધ કરી દઈશ, તો હું આ વાત એમનેમ જ નથી કહેતો. તેવી જ રીતે, જો શાસ્ત્રો અસ્પૃશ્યતા અને જાતિ પ્રથાના વર્તમાન ઘૃણાસ્પદ સ્વરૂપને સમર્થન આપે છે, તો હું મારી જાતને ન તો હિંદુ કહીશ કે ન તો હું હિંદુ રહીશ, કારણ કે આંતરજ્ઞાતિય લગ્નો અને તહેવારોમાં કંઈ ખોટું નથી. શાસ્ત્રો અને તેમના અર્થઘટન અંગે મારે મારી સ્થિતિને ફરીથી જણાવવાની જરૂર નથી. હું સંતરામને સૂચવવાનું સાહસ કરું છું કે માત્ર આ જ મત હિંદુ પરંપરા દ્વારા તાર્કિક રીતે સાચો, નૈતિક અને ન્યાયી છે. (‹હરિજન›, 15 ઓગસ્ટ, 1936)

■

પરિશિષ્ટ - II

મહાત્મા ગાંધીને ડૉ.આંબેડકરનો જવાબ

1. મારા જાત-પાત-તોડક મંડળ માટે જાતિવાદના વિષય પર તૈયાર કરેલા ભાષણ પર તેમના અખબાર 'હરિજન'માં ટિપ્પણી લખીને તેમણે મને જે સન્માન આપ્યું છે તેના માટે હું મહાત્માજીનો ખૂબ જ આભારી છું. મારા ભાષણની તેમની ટીકા અને વિચારણા પરથી એ સ્પષ્ટ થાય છે કે મહાત્માજી જાતિના વિષય પર મારા દ્વારા વ્યક્ત કરાયેલા વિચારો સાથે સંપૂર્ણપણે અસંમત છે. મારો સ્વભાવ છે કે હું સામાન્ય રીતે મારા વિરોધીઓ સાથે દલીલ કરતો નથી, સિવાય કે કોઈ ખાસ કારણ મને મારા સ્વભાવની વિરુદ્ધ કંઈક કરવા દબાણ કરે. જો મારો વિરોધી કોઈ સામાન્ય અને અજાણ્યો વ્યક્તિ હોય તો મને તેની પરવા નથી, પરંતુ મારા વિરોધી તો મહાત્માજી પોતે છે, તેથી મને લાગે છે કે મારે મારા વિરોધી પક્ષને તેમની વાતનો જવાબ આપવો જોઈએ. જોકે મારું સન્માન કરવા બદલ હું તેમનો આભારી છું, પરંતુ તેમણે મારા પર જે આરોપો લગાવ્યા છે તેનાથી હું આશ્ચર્યચકિત છું. તેમણે આરોપ લગાવ્યો કે લાહોરમાં ભાષણ ન આપ્યું હોવા છતાં, મેં ભાષણ માત્ર એટલા માટે પ્રકાશિત કર્યું કે મારો પ્રચાર થાય અને લોકો મને ભૂલી ન જાય. મહાત્માજી ભલે ગમે તે કહે, ભાષણ પ્રકાશિત કરવાનો મારો ઉદ્દેશ્ય હિંદુઓને વિચારવા અને ચિંતન કરવા અને તેમને તેમની સ્થિતિની સાચી જાણકારી આપવાનો હતો. તેને આ માટે પ્રેરણાની જરૂર હતી. હું ક્યારેય પ્રસિદ્ધિ માટે ઉત્સુક નથી, મને જે જોઈએ છે તેના કરતાં વધુ મને મળ્યું છે. જો એમ માની લેવામાં આવે કે મેં પ્રસિદ્ધિના લોભથી ભાષણ પ્રકાશિત કર્યું છે, તો પણ મારા પર પથ્થર કોણ ફેંકી

શકે? ચોક્કસપણે એવા લોકો નથી કે જેઓ મહાત્માજી જેવા કાચના મહેલમાં રહે છે.

2. ભાષણ પ્રકાશિત કરવાનો મારો હેતુ શું હતો તે મુદ્દાને બાજુ પર રાખીને પણ મહાત્માજીએ ભાષણમાં મારા દ્વારા ઉઠાવવામાં આવેલા પ્રશ્નો વિશે શું કહેવું? સૌ પ્રથમ, જે પણ મારું ભાષણ વાંચશે તેને ખ્યાલ આવશે કે મહાત્માજીએ મેં ઉઠાવેલા પ્રશ્નોને સ્પર્શ પણ કર્યો નથી અને તેનાથી પાછળ હટી ગયા છે. તેમણે જે પ્રશ્નો ઉઠાવ્યા છે તે વિચારણા હેઠળના પ્રશ્નો નથી અને ન તો તે મારા ભાષણમાંથી ઉદ્ભવતા મુખ્ય મુદ્દાઓ છે જે મેં ભાષણમાં ઉઠાવવાનો પ્રયાસ કર્યો હતો હા, તેઓ નીચે મુજબ છે -
   a) જાતિવાદે હિંદુઓને બરબાદ કરી દીધા છે.
   b) ચાર વર્ણોના આધારે હિંદુ સમાજનું પુનઃનિર્માણ શક્ય નથી કારણ કે વર્ણ પ્રણાલી એક તૂટેલા ઘડા જેવી છે અથવા નાકની દાંડીએ દોડતી વ્યક્તિ જેવી છે અથવા પોતાના દુર્ગુણોને લીધે પોતાની જાતને કાબૂમાં રાખી શકતી ન હોય તે વ્યક્તિ જેવી છે. વર્ણ પ્રણાલીમાં એવી વૃત્તિ છે કે જો વર્ણની સીમાઓ તોડનારાઓ સામે કાયદેસરની વ્યવસ્થા નહીં થાય તો વર્ણ વિભાજન બગડીને જાતિવિભાજનનું સ્વરૂપ ધારણ કરશે.
   c) વર્ણ પ્રણાલીના આધારે હિન્દુ સમાજનું પુનર્ગઠન ઘાતક હશે કારણ કે વર્ણ પ્રણાલી દરેક વ્યક્તિને શિક્ષણ મેળવવાનો અધિકાર આપતી નથી અને શિક્ષણથી વંચિત લોકોને નીચો દરજ્જો આપવામાં આવે છે. આ ઉપરાંત, તેમને હથિયાર ધારણ કરવાનો અધિકાર ન આપીને, તે તેમને નમાલા બનાવે છે.
   d) હિંદુ સમાજને સ્વતંત્રતા, સમાનતા અને ભાઈચારા પર આધારિત ધાર્મિક ભાવનાના આધારે ફરીથી સંગઠિત કરવો જોઈએ.
   e) આ ઉદ્દેશ્યમાં સફળ થવા માટે વર્ણ અને જાતિ પાછળ રહેલી ધાર્મિક પવિત્રતાની લાગણી સંપૂર્ણપણે દૂર થવી જોઈએ.
   f) જાતિ અને વર્ણની શુદ્ધતાની લાગણી ત્યારે જ સમાપ્ત થઈ શકે છે જ્યારે શાસ્ત્રોને દૈવી સત્તા માનવાનું બંધ કરવામાં આવે. આ બધું જાણીને, વાચક હવે સમજી શકશે કે મહાત્માજીએ ઉઠાવેલા પ્રશ્નો આ વિષયથી તદ્દન અલગ છે, અપ્રસ્તુત છે અને એવું લાગે છે કે તેઓ ભાષણની મુખ્ય દલીલને સ્પર્શ્યા પણ નથી.

3. હવે હું મારા ભાષણમાં મહાત્માજીએ ઉઠાવેલા વાંધાઓની તપાસ કરું. મહાત્માજીનો પહેલો વાંધો એ છે કે મેં જે શ્લોકો રજૂ કર્યા છે તે અધિકૃત નથી. હું કબૂલ કરું છું કે હું આ વિષયનો નિષ્ણાત નથી, તેમ

છતાં હું કહેવા માંગુ છું કે મેં જે શ્લોકો રજૂ કર્યા છે તે બધા સ્વર્ગસ્થ ગંગાધર તિલકના લખાણોમાંથી લેવામાં આવ્યા છે અને તિલકને સંસ્કૃત ભાષા અને હિંદુ શાસ્ત્રોના મહાન વિદ્વાન માનવામાં આવે છે. મહાત્માજીનો બીજો વાંધો એ છે કે આ શાસ્ત્રોનો અર્થ વિદ્વાનો જે કહે છે તે રીતે ન લેવો જોઈએ, પરંતુ ઋષિ-મુનિઓએ આપેલા અર્થ તરીકે લેવો જોઈએ કારણ કે વિદ્વાનો એ શ્લોકોનો અર્થ સમજી શકતા નથી. શાસ્ત્રો જાતિ પ્રથા અને અસ્પૃશ્યતાને સમર્થન આપતા નથી.
પહેલા પ્રશ્ન અંગે હું મહાત્માજીને પૂછવા માંગુ છું કે શાસ્ત્રોમાં કોઈ શ્લોક પાછળથી ઉમેરવામાં આવ્યો હોય અથવા ઋષિ-મુનિઓએ તેમાંથી જુદા જુદા અર્થો કાઢ્યા હોય, તેનું અલગ-અલગ અર્થઘટન કર્યું હોય, તો તેનાથી કોઈને શું ફાયદો થાય? સામાન્ય લોકો મૂળ શ્લોકો ધરાવતા શાસ્ત્રો અને પછી ઉમેરેલા શ્લોકો વચ્ચેનો કોઈ તફાવત સમજી શકતા નથી, તેઓ એ પણ જાણતા નથી કે શ્લોક શું છે અને શાસ્ત્ર શું છે. તેઓ એટલા અભણ કે ઓછા ભણેલા છે કે તેઓને એ ખબર પણ નથી કે શાસ્ત્રોમાં શું લખ્યું છે. તેઓ માત્ર એ જ જાણે છે જે તેમને કહેવામાં આવ્યું છે, અને તેમને કહેવામાં આવ્યું છે કે જાતિ અને અસ્પૃશ્યતામાં માનવા પાછળ ધાર્મિક સ્વીકૃતિ છે, તે શાસ્ત્રોનો ક્રમ છે.
જ્યાં સુધી સંતોનો સંબંધ છે, તો એ સ્વીકારવું રહ્યું કે તેમના ઉપદેશો વિદ્વાનોના ઉપદેશો કરતાં અર્થહીન સાબિત થયા. તેમના અર્થહીન હોવાના બે કારણો છે. પહેલું કારણ એ છે કે તે તમામ સંતો અને ઋષિઓ જાતિ વ્યવસ્થામાં માનતા હતા. કોઈપણ સંતોએ ક્યારેય જાતિ વ્યવસ્થા પર હુમલો કર્યો નથી. તેઓ તેમના મોટા ભાગના જીવન માટે તેમની પોતાની જ્ઞાતિમાં રહ્યા અને તેમની પોતાની જાતિના નામે મૃત્યુ પામ્યા. સંત જ્ઞાનદેવને જ લો, તેઓ પોતાની બ્રાહ્મણ જ્ઞાતિના નામ સાથે એટલા જોડાયેલા હતા કે એક વખત તેમને પૈઠાણના બ્રાહ્મણો દ્વારા સમાજમાંથી બહાર ફેંકી દેવાયા ત્યારે તેમણે પોતાને ‹બ્રાહ્મણ› તરીકે ઓળખાવવા માટે સખત મહેનત કરી.
અસ્પૃશ્યોને સ્પર્શ કરવાની અને તેમની સાથે ભોજન કરવાની હિંમત બતાવીને ‹ધર્માત્મા› ફિલ્મમાં નાયક તરીકે રજૂ કરાયેલા સંત એકનાથે આવું એટલા માટે નહોતું કર્યું કારણ કે તેઓ જાતિવાદ અને અસ્પૃશ્યતાના વિરોધમાં હતા, પરંતુ તેઓ એવું માનતા હતા કે આનાથી જે પાપ લાગશે તે પવિત્ર ગંગામાં સ્નાન કરવાથી ધોવાઈ જશે.

મારા અભ્યાસ અને માહિતી મુજબ ક્યારેય કોઈ ઋષિ કે સંત જાતિ પ્રથા અને અસ્પૃશ્યતા સામે લડ્યા નથી. તે મનુષ્યો વચ્ચેના સંઘર્ષોથી ચિંતિત ન હતા, તે ફક્ત મનુષ્ય અને ભગવાન વચ્ચેના સંબંધની ચિંતા કરતા હતા. તેમણે ક્યારેય શીખવ્યું નહીં કે બધા મનુષ્ય સમાન છે પરંતુ ઉપદેશ આપ્યો કે ભગવાનની નજરમાં બધા મનુષ્ય સમાન છે. ઋષિ-મુનિઓનો આ પ્રચાર ખૂબ જ અલગ હતો કે તેનાથી કોઈને કોઈ સીધું નુકસાન નહોતું થતું, તેને માનવામાં કોઈ ડર નહોતો અને કોઈને માનવું જોખમી પણ નહોતું. તેથી, આ એક અલગ અને વિનાશક નિવેદન સાબિત થયું. તેને સામાજિક જાતિ વ્યવસ્થા અને અસ્પૃશ્યતા સાથે કોઈ લેવાદેવા ન હતી.

ઋષિ-મુનિઓના ઉપદેશો નિરર્થક સાબિત થવાનું બીજું કારણ એ હતું કે સામાન્ય લોકોને શાસ્ત્રો દ્વારા શીખવવામાં આવ્યું હતું કે ઋષિ-મુનિ જાતિના બંધન તોડી શકે છે પણ સામાન્ય માણસ આ બંધન તોડી શકતો નથી. તેથી જ સામાન્ય લોકો કોના માર્ગ પર ચાલે છે તે સંત ક્યારેય ઉદાહરણ નથી બન્યા. આ કારણોસર, પ્રજાને જાતિવાદ અને અસ્પૃશ્યતામાં સંપૂર્ણ વિશ્વાસ હતો અને સંત હંમેશા પવિત્ર અને આદરણીય ધાર્મિક વ્યક્તિ રહ્યા હતા. જ્ઞાતિ અને અસ્પૃશ્યતામાં લોકોની ઊંડી માન્યતા એ સાબિત કરે છે કે બ્રાહ્મણોના શાસ્ત્રોના આદેશો સામે સંતોના પવિત્ર જીવનની સામાન્ય લોકો પર કોઈ અસર થઈ નથી. આમ, ઋષિ-મુનિઓ આવા હતા, ઋષિ-મુનિઓ એવા હતા અથવા અમુક વિદ્વાનો કે ઘણા અજ્ઞાનીઓ કરતાં શાસ્ત્રોનું અલગ-અલગ અર્થઘટન કરનારા મહાત્મા હતા એ સંતોષની વાત નથી. સામાન્ય માણસે વાસ્તવિકતા સ્વીકારવી પડશે

શાસ્ત્રોથી તેનો અલગ અભિપ્રાય છે. શાસ્ત્રોમાં આપેલા પુરાવાઓ કે આદેશો હજુ પણ લોકોના વર્તન પર નિયંત્રણ ધરાવે છે, આ વાસ્તવિકતાને જ્યાં સુધી નાબૂદ કરવામાં ન આવે ત્યાં સુધી અવગણી શકાય નહીં. આ એક એવો પ્રશ્ન છે જેના પર ગાંધીજીએ ધ્યાન આપ્યું ન હતું. પરંતુ મહાત્માજી શાસ્ત્રોના ઉપદેશોમાંથી લોકોને મુક્તિ અપાવવાના અસરકારક માધ્યમ તરીકે જે પણ યોજના રજૂ કરે, તેઓએ સ્વીકારવું પડશે કે કોઈ મહાપુરુષનું પવિત્ર જીવન તેમના માટે આગવું હોઈ શકે, પરંતુ તે સામાન્ય લોકોને મદદ કરશે નહીં. ભારતનો માણસ સંતો પ્રત્યે પૂજા અને આદરની લાગણી ધરાવે છે પરંતુ તેમના દ્વારા બતાવેલ માર્ગ પર ચાલવાની લાગણી ધરાવતો નથી. આવી સ્થિતિમાં આવી યોજનાઓથી કોઈ લાભની આશા ન રાખવી જોઈએ.

4. મહાત્માજીનો ત્રીજો વાંધો એ છે કે જે ધર્મને મેં આટલો નિરર્થક ગણાવ્યો છે તે ધર્મ સંતો ચૈતન્ય, જ્ઞાનદેવ, તુકારામ, તિરુવલ્લવર, રામકૃષ્ણ પરમહંસ વગેરે માનતા હતા તે કેવી રીતે હોઈ શકે? અને કોઈપણ ધર્મ પ્રત્યેની કોઈપણ માન્યતા તેના ખરાબ દાખલાઓ પર નહીં પણ શ્રેષ્ઠ આદર્શો પર આધારિત હોવો જોઈએ. હું ગાંધીજીના આ વિચારના દરેક શબ્દ સાથે સહમત છું પણ હું બિલકુલ સમજી શકતો નથી કે ગાંધીજી આનાથી શું સાબિત કરવા માગે છે? એ સાચું છે કે કોઈ પણ ધર્મનો ન્યાય કરવા માટે, વ્યક્તિએ તેનું સૌથી ખરાબ ઉદાહરણ ન લેવું જોઈએ, પરંતુ તેના શ્રેષ્ઠ આદર્શને લેવું જોઈએ. પણ શું વાત ત્યાં પૂરી થાય છે, હું કહું છું, ના. ફરી પ્રશ્ન એ ઊભો થાય છે કે હિંદુ ધર્મમાં સૌથી ખરાબ નમૂનાઓની સંખ્યા આટલી વધારે અને શ્રેષ્ઠ ઉદાહરણોની સંખ્યા આટલી ઓછી કેમ છે? મારા મતે આના બે જ જવાબ હોઈ શકે છે -

   a) શું સૌથી ખરાબ લોકો, તેમની કેટલીક અસલ વિકૃતિઓને કારણે અથવા તેમની પોતાની મૂળ દુષ્ટતાને કારણે, નૈતિક રીતે અશિક્ષિત છે અને તેથી ધર્મના આદર્શ સ્વરૂપને ફેલાવવા માટે અયોગ્ય છે? અથવા
   b) જે ધાર્મિક આદર્શો અસ્તિત્વમાં છે તે સંપૂર્ણપણે અશુદ્ધ અને ખોટા આદર્શો છે અને તેણે મોટી સંખ્યામાં મનુષ્યોમાં અનૈતિકતા પેદા કરી છે. અને સારા લોકો, આ અશુદ્ધ અને ખોટી નૈતિક વૃત્તિ હોવા છતાં, તેને સારી સ્થિતિમાં બદલીને સારા રહ્યા. સત્ય તો એ છે કે તેઓ ખોટાને સાચી દિશા તરફ વાળીને જ આ કરી શક્યા છે.

   હું આ બેમાંથી પહેલો ઉકેલ સ્વીકારવા તૈયાર નથી અને મને વિશ્વાસ છે કે મહાત્માજી પણ તેનાથી અલગ કંઈ સ્વીકારવા માટે મને દબાણ નહીં કરે. જ્યાં સુધી મહાત્માજી આ સમસ્યાના ઉકેલ માટે ત્રીજો વિકલ્પ ન આપે ત્યાં સુધી સૌથી ખરાબ લોકો આટલા વધુ અને સૌથી સારા આટલા ઓછા શા માટે છે અને જો બીજી દલીલ જ યોગ્ય છે તો તે સ્પષ્ટ છે મહાત્માજીનું વિધાન કે ધર્મનું મૂલ્યાંકન તેના શ્રેષ્ઠ અનુયાયીઓ દ્વારા જ થવું જોઈએ, આ નિષ્કર્ષ પર જ આપણે પહોંચી શકીએ છીએ.

   કે આપણે ઘણા લોકોના ભાગ્ય માટે શોક કરી શકીએ જેઓ ખોટા પડ્યા છે. તેઓ દોષી છે કારણ કે તેઓને ખોટા આદર્શોની પૂજા કરવાની ફરજ પાડવામાં આવે છે.

5. મહાત્માજીની દલીલ કે જો લોકો ઋષિ-મુનિઓએ બતાવેલા માર્ગ પર ચાલશે તો હિન્દુ ધર્મ દરેક માટે સહનશીલ બની જશે. મહાત્માજીનું

આ વિધાન અન્ય એક કારણથી પણ ખોટું સાબિત થાય છે. ચૈતન્ય જેવા મહાન વ્યક્તિઓનું ઉદાહરણ આપીને, અમે સંક્ષિપ્ત અને સરળ રીતે સમજાવવાનો પ્રયાસ કર્યો છે કે જો હિંદુ જાતિ વ્યવસ્થાના ઉપલા ત્રણ વર્ણો, એટલે કે ઉચ્ચ જાતિના હિંદુઓ, નીચલી જાતિના હિંદુઓ સાથે નૈતિક રીતે કેવું વર્તન કરવા પ્રેરિત થઈ શકે. તેથી, હિંદુ બંધારણમાં કોઈ મૂળભૂત ફેરફારો કર્યા વિના, તેને સુખી, સમૃદ્ધ અને સહનશીલ બનાવી શકાય છે. હું આ વિચારધારાનો સંપૂર્ણ વિરોધ કરતો રહ્યો છું. હું ઉચ્ચ જાતિના હિંદુઓનો આદર કરું છું જેઓ જીવનના ઉચ્ચ સામાજિક આદર્શો રજૂ કરવાનો પ્રયાસ કરે છે કારણ કે જો આવા લોકો ભારતમાં ન હોત તો આ દેશ વર્તમાનમાં જીવવા યોગ્ય છે તેના કરતા વધુ ખરાબ હોત. જે વ્યક્તિ ઉચ્ચ જ્ઞાતિના હિંદુઓને તેમના વ્યક્તિગત પાત્ર દ્વારા વધુ સારા માનવી બનાવવા ઈચ્છે છે તે માત્ર પોતાનો સમય અને શ્રમ વેડફતો નથી, પરંતુ તેની શક્તિનો વ્યય કરે છે અને તે એક મહાન ભ્રમ પણ રાખે છે. શું અંગત પાત્ર હથિયાર બનાવનારને સારો માનવી બનાવી શકે છે? એટલે કે જે માણસ એવા બોમ્બ બનાવી શકે કે જે વિસ્ફોટ ન થાય કે ઝેરી અસર ન થાય તેવા વાયુઓ બનાવી શકે? જો તે આવું ન કરી શકે, તો તમે કેવી રીતે માનો કે એક ઉચ્ચ જાતિનો વ્યક્તિ, જે વ્યક્તિગત પાત્ર દ્વારા જાતિ પ્રતિષ્ઠા પ્રત્યે સભાન છે, તે આટલો સારો માનવી બનશે કે તે તેના સાથીદારો સાથે મિત્રતા અને સમાનતાથી વર્તે? સત્ય એ છે કે તે તેના સાથીદારોને સંજોગોના આધારે પોતાના કરતા અલગ જાતિના લોકો કરતા ચઢિયાતા કે ઉતરતા ગણશે. તેની પાસેથી ક્યારેય અપેક્ષા રાખી શકાતી નથી કે તે તેના સાથીઓ પ્રત્યે આદર અને સમાનતાથી વર્તે. વાસ્તવિકતા એ છે કે હિંદુ પોતાની જાતિના ન હોય તેવા લોકો સાથે વિદેશીઓ તરીકે વર્તે છે. તે તેને એવી વ્યક્તિ માને છે કે જેની સામે તમે તમારી મરજી મુજબ વર્તવા માટે સ્વતંત્ર છો અને જેની સામે તમે શરમ વિના કોઈપણ છેતરપિંડી અને હેરાફેરી કરી શકો છો. કહેવાનો અર્થ એ છે કે હિંદુ થોડો સારો કે થોડો ખરાબ હોઈ શકે પણ સારો હિંદુ ન હોઈ શકે. આ એટલા માટે નથી કારણ કે તેના અંગત પાત્રમાં કંઈ ખોટું છે. ખરેખર દુષ્ટ શું છે તે તેના માનવીય ક્રિયાપ્રતિક્રિયાના મૂળભૂત માળખામાં રહેલું છે જેના પર તેના સાથીઓ સાથેના સંબંધો આધારિત છે. શ્રેષ્ઠ વ્યક્તિ પણ સદ્ગુણી ન રહી શકે જો અન્ય મનુષ્યો સાથે તેની ક્રિયાપ્રતિક્રિયાઓ મૂળભૂત રીતે ખોટી ધારણાઓ પર આધારિત હોય. ગુલામ માટે તેનો માલિક થોડો સારો કે થોડો ખરાબ

હોઈ શકે પણ ગુલામનો માલિક ક્યારેય સારો કે ઉમદા વ્યક્તિ બની શકતો નથી. સારો માણસ બોસ ન બની શકે અને બોસ સારો માણસ ન બની શકે.

તે જ ઉચ્ચ અને નીચલી જાતિઓ વચ્ચેના સંબંધોને લાગુ પડે છે. નીચલી જાતિની વ્યક્તિ માટે, ઉચ્ચ જાતિની વ્યક્તિ અન્ય ઉચ્ચ જાતિની વ્યક્તિ કરતાં થોડી સારી અથવા થોડી ખરાબ હોઈ શકે છે. ઉચ્ચ જાતિની વ્યક્તિ ત્યાં સુધી સારી વ્યક્તિ બની શકતી નથી જ્યાં સુધી તેને તેની ઉચ્ચ જાતિ સાથે ઓળખવા માટે નીચલી જાતિની વ્યક્તિની જરૂર હોય. નીચલી જાતિના વ્યક્તિ માટે ઉચ્ચ જાતિના લોકો તેમનાથી ઉપર છે એવું અનુભવે તે સારી વાત ન હોઈ શકે.

મેં મારા ભાષણમાં દલીલ કરી છે કે વર્ણ અને જાતિ પર આધારિત સમાજ એ ખોટા સંબંધો પર આધારિત સમાજ છે. મને અપેક્ષા હતી કે મહાત્માજી મારી દલીલોનું ખંડન કરવાનો પ્રયાસ કરશે પરંતુ તેમ કરવાને બદલે, તેઓ કયા આધાર પર ઊભા છે તે સ્પષ્ટ કર્યા વિના તેમણે ચાતુર્વર્ણ પ્રણાલીમાં તેમની માન્યતાનો પુનરોચ્ચાર કર્યો.

6. મહાત્માજી જે કંઈ ઉપદેશ આપે છે, શું તેઓ પોતે તેનું આચરણ કરે છે? પોતાના અંગત જીવનમાં દરેકને લાગુ પડે એવા સંદર્ભને ટાંકવાનું કોઈને ગમતું નથી, પરંતુ જ્યારે કોઈ વ્યક્તિ કોઈ વિચારનો ઉપદેશ આપે છે અને તેને કટ્ટરપંથી ગણે છે, ત્યારે તે પોતે જે ઉપદેશ આપે છે તેની કેટલી હદે પ્રેક્ટિસ કરે છે તે જાણવાની ઉત્સુકતા છે. બની શકે કે તે તે પ્રમાણે વર્તવામાં સફળ ન થયા હોય, કાં તો તેના સિદ્ધાંતો અથવા આદર્શો હાંસલ કરવા માટે ખૂબ ઊંચા હોવાને કારણે અથવા તે મુજબ વર્તવામાં તેની નિષ્ફળતાનું બીજું કારણ એ હોઈ શકે કે તે ફક્ત તે વ્યક્તિમાં કુદરતી અભિમાન અથવા જન્મજાત દંભ હોય છે. ગમે તે હોય, કોઈપણ પરિસ્થિતિમાં આવી વ્યક્તિ તેનું વર્તન આપણે તપાસી શકીએ એ માટે ખુલ્લું છોડી દે છે.

જો હું મહાત્માજીને પૂછું કે તેમણે તેમના આદર્શને વ્યવહારુ અને અધિકૃત બનાવવા માટે તેમની પોતાની સિસ્ટમમાં કેટલી હદ સુધી પ્રયાસ કર્યો છે તો મને દોષ ન આપવો જોઈએ? ગાંધીજી જન્મથી વેપારી છે. તેમના પૂર્વજો ધંધો છોડીને રજવાડાઓના મંત્રી બન્યા, જે બ્રાહ્મણોનો વ્યવસાય છે. મહાત્મા બનતા પહેલા, જ્યારે તેમના જીવનમાં પોતાનો વ્યવસાય પસંદ કરવાની તક મળી, ત્યારે તેમણે ત્રાજવાને બદલે બેરિસ્ટર તરીકે કાયદાનો અભ્યાસ કરવો વધુ સારું માન્યું. કાયદાની પ્રેક્ટિસ છોડીને તેઓ અડધા સંત અને અડધા રાજકારણી બન્યા. ધંધો તેમના પૂર્વજોનો વ્યવસાય હતો પરંતુ તેઓ

ક્યારેય તેમાં ડૂબેલા નથી. તેમના સૌથી નાના પુત્ર, હું ફક્ત એક પુત્રનું ઉદાહરણ આપું છું જે તેના પિતાનો વફાદાર અનુયાયી છે, જે જન્મથી વૈશ્ય છે.

હા, તેણે એક બ્રાહ્મણની પુત્રી સાથે લગ્ન કર્યા અને તેણે એક મોટા મૂડીવાદીના અખબાર હેઠળ કામ કરવાનો વ્યવસાય પસંદ કર્યો. મને ખબર નથી કે મહાત્માજીએ તેમના પુત્રને તેમના પૂર્વજોના વ્યવસાયને અનુસરવા માટે ક્યારેય ખરાબ અથવા ખોટું કહ્યું છે કે કેમ. કોઈપણ આદર્શને ચકાસવા માટે તેના સૌથી ખરાબ ઉદાહરણો લેવા તે ખોટું અને કઠોર હોઈ શકે છે, પરંતુ મહાત્માજીથી શ્રેષ્ઠ કોઈ ઉદાહરણ હોઈ શકે નહીં. જો તેઓ પોતે આ આદર્શને અપનાવવામાં સફળ ન થાય, તો તેમનો આ આદર્શ ચોક્કસપણે અશક્ય છે અને વ્યક્તિના વ્યવહારિક જ્ઞાનની તદ્દન વિરુદ્ધ છે.

જેમણે કાર્લાઈલના પુસ્તકો વાંચ્યા છે તેઓ જાણે છે કે તેઓ હંમેશા કોઈ વિષય વિશે વિચારતા પહેલા બોલતા હતા. મને આશ્ચર્ય થાય છે કે શું ગાંધીજીની સ્થિતિ જ્ઞાતિના સંબંધમાં સમાન નથી. નહિ તો મારા મનમાં કેટલાક પ્રશ્નો ઉભા થાય છે જેમાંથી તે આ રીતે છટકી શકે તેમ નથી. જો કોઈ વ્યક્તિ પર કોઈ કામ કરવાની ફરજ પાડવામાં આવે તો શું કોઈ વ્યવસાયને પૂર્વજોનો ગણી શકાય? શું કોઈ વ્યક્તિએ તેનો પૈતૃક વ્યવસાય ચાલુ રાખવો જોઈએ, પછી ભલે તે તેની ક્ષમતા અનુસાર ન હોય અને જો તે વ્યવસાય પાપી (અનૈતિક) હોય તો પણ વ્યક્તિએ તેના પૂર્વજોનો વ્યવસાય ચાલુ રાખવો જોઈએ. જો દરેક વ્યક્તિ માટે તેના પૂર્વજો જેવો વ્યવસાય અનુસરવો જરૂરી છે, તો તે પણ અનુસરે છે કે જો કોઈ વ્યક્તિના દાદા વેશ્યાના દલાલ હતા, તો તેણે પણ દલાલીનું કામ ચાલુ રાખવું જોઈએ અને દલાલ તરીકે કામ કરવું જોઈએ. સ્ત્રી દાદી એક વેશ્યા હતી તેથી તેણે પણ વેશ્યા બનવું જોઈએ. શું ગાંધીજી તેમની માન્યતાના તાર્કિક પરિણામો સ્વીકારવા તૈયાર છે? મારા મતે, તેના આદર્શ મુજબ, વ્યક્તિએ તે જ વ્યવસાય કરવો જોઈએ જે તેના પૂર્વજો કરતા હતા - આ આદર્શ માત્ર અશક્ય અને અવ્યવહારુ જ નથી પણ નૈતિક દૃષ્ટિકોણથી અમાનવીય અને અસુરક્ષિત પણ છે.

7. મહાત્માજી બ્રાહ્મણ માટે જીવનભર બ્રાહ્મણ રહેવાને ખૂબ જ સારી વાત માને છે. એ વાત સાચી છે કે એવા ઘણા બ્રાહ્મણો છે જેઓ આખી જિંદગી બ્રાહ્મણ પુરોહિત રહેવાનું પસંદ કરતા નથી. આવા બ્રાહ્મણો વિશે આપણે કંઈ ન કહેવું જોઈએ, પરંતુ કેટલાક બ્રાહ્મણો એવા છે કે જેઓ જીવનભર બ્રાહ્મણ રહેવા માંગે છે અને જેઓ પુરોહિતના

પૈતૃક વ્યવસાયને વળગી રહેવા માંગે છે. શું તેઓ આ આદર્શને એક પવિત્ર વ્યવસાય માને છે અથવા તેઓ પૈસાના લોભથી કરે છે? એવું લાગે છે કે મહાત્માજી આવા પ્રશ્નો અને જિજ્ઞાસાઓથી ચિંતિત નથી. તે એ વાતથી સંતુષ્ટ છે કે, "સાચા બ્રાહ્મણો તે છે જેઓ સ્વૈચ્છિક દાન પર જીવે છે અને ખુલ્લા હૃદયથી આધ્યાત્મિક ખજાનો લૂંટે છે." મહાત્માજી બ્રાહ્મણ પુરોહિત પરંપરાના આ સ્વરૂપને આધ્યાત્મિક પરંપરાઓના વાહક (આધ્યાત્મિક ખજાનચી) માને છે. પરંતુ આ પરંપરાગત બ્રાહ્મણોનું બીજું સ્વરૂપ પણ જોઈ શકાય છે. બ્રાહ્મણ પ્રેમના દેવતા વિષ્ણુનો ઉપાસક હોઈ શકે છે અને વિનાશના દેવતા શંકરનો ઉપાસક પણ હોઈ શકે છે. તે બુદ્ધના પાદરી પણ હોઈ શકે છે જે માનવતાના સૌથી મહાન શિક્ષક હતા અને જેમણે પ્રેમ અને કરુણાનો પવિત્ર સંદેશ શીખવ્યો હતો. એક બ્રાહ્મણ કાલી દેવીનો પૂજારી પણ હોઈ શકે છે જેની લોહીની તરસ માટે દરરોજ પ્રાણીઓના બલિદાનની જરૂર પડે છે. તે રામના મંદિરના પૂજારી અથવા ક્ષત્રિય દેવતા પણ હોઈ શકે અને પરશુરામના મંદિરના પૂજારી પણ હોઈ શકે જેમણે ક્ષત્રિયોનો નાશ કરવા માટે અવતાર લીધો હતો. તે બ્રહ્માંડના સર્જક બ્રહ્માના પૂજારી પણ હોઈ શકે છે, તે એવા પીરના પુરોહિત પણ હોઈ શકે છે જેના ભગવાન, અલ્લાહ, બ્રહ્માના સર્જક હોવાના દાવાને નકારી કાઢે છે. જીવનનું આ ચિત્રણ યોગ્ય નથી એવું કોઈ કહી શકતું નથી. જો તે ચિત્ર સાચુ હોય તો એક પ્રામાણિક વ્યક્તિ આવા વિરોધાભાસી લક્ષણો ધરાવતા દેવી-દેવતાઓ પ્રત્યે ભક્તિભાવ કેવી રીતે જાળવી શકે, કારણ કે તે બધાનો ભક્ત ન હોઈ શકે. હિન્દુઓ તેમના ધર્મની આ વિચિત્ર વસ્તુને ધર્મની સૌથી મોટી ગુણવત્તા અથવા મહાન લક્ષણ માને છે અને તેને મનની ઉદારતા અને સહનશીલતાના ઉદાહરણ તરીકે રજૂ કરે છે.

આ દૃષ્ટિકોણની વિરુદ્ધ એવું કહી શકાય કે કૅથલિક ધર્મ અને મનની સહનશીલતા વાસ્તવમાં ઉદાસીનતા અને ડગમગતી શ્રદ્ધા સિવાય બીજું કંઈ નથી. જ્યારે બહારથી જોવામાં આવે ત્યારે આ બે અભિવ્યક્તિઓ વચ્ચે તફાવત કરવો ખૂબ જ મુશ્કેલ છે, પરંતુ જ્યારે ઊંડાણપૂર્વક તપાસ કરવામાં આવે છે, ત્યારે તેઓ તેમના વાસ્તવિક ગુણોમાં એકબીજાથી ઘણા અલગ છે. જે કોઈ તેમને કાળજીપૂર્વક તપાસશે તે એકને બીજાથી અલગ કરવાની ભૂલ કરશે નહીં. વ્યક્તિ અનેક દેવી-દેવતાઓની પૂજા કરવા તૈયાર હોય છે. આ તેમના સહનશીલ સ્વભાવના પુરાવા તરીકે રજૂ કરવામાં આવે છે પરંતુ શું

તે સ્વાર્થ છેતરપિંડી, જૂઠ અથવા માત્ર દંભ ન હોઈ શકે? હું માનું છું કે આ સહનશીલતા માત્ર નિષ્ઠાહીનતા છે.

જો આ વિચારનો આધાર મજબૂત હોય અને સાચો પરિપ્રેક્ષ્ય હોય તો એવો પ્રશ્ન કરી શકાય કે જે વ્યક્તિ પોતાનો સ્વાર્થ પૂરો કરવા માટે કોઈપણ ભગવાન કે દેવીની પૂજા કરવા તૈયાર હોય તેની પાસે આધ્યાત્મિક ગુણોનો કયો ખજાનો હશે? આવી વ્યક્તિને આધ્યાત્મિક ખજાનાના સ્તરે નાદાર ગણવી જોઈએ અને જેઓ ફક્ત કુટુંબ પરંપરાના આધારે, વિશ્વાસ, આસ્થા વિના, ફક્ત પિતાના વારસા તરીકે પુરોહિતના પવિત્ર વ્યવસાયને અપનાવે છે, તેઓને આધ્યાત્મિક ખજાનાના સ્તરે નાદાર ગણવા જોઈએ. આવા વ્યક્તિ પિતા પાસેથી મળેલા વ્યવસાયને અનુસરે છે કારણ કે તે પૈતૃક વ્યવસાય છે પરંતુ તે સદાચારનું રક્ષણ કરી શકતા નથી. હકીકતમાં, આ ધર્મની સેવાના નામે એક મહાન અને પવિત્ર વ્યવસાયને ભ્રષ્ટ અને કલંકિત કરી રહ્યા છે.

8. મહાત્માજીએ દરેક વ્યક્તિને તેના પૂર્વજોના વ્યવસાયને અનુસરવા માટેના સિદ્ધાંતને શા માટે વળગી રહેવું જોઈએ? તે આનું કારણ જણાવતા નથી પરંતુ કોઈક કારણ છે જે મહાત્માજી તેમની સમક્ષ જાહેર કરવા માંગતા નથી. ઘણા વર્ષો પહેલા, તેમના અખબાર 'યંગ ઈન્ડિયા'માં 'જાતિ વિરુદ્ધ વર્ગ' પર લખતી વખતે, તેમણે જાતિ વ્યવસ્થાને શ્રેષ્ઠ ગણાવી હતી કારણ કે તે સમાજમાં સામાજિક સ્થિરતા સ્થાપિત કરે છે. જો કોઈ વ્યક્તિને તેના પૂર્વજોના વ્યવસાયને અનુસરવા દેવાના મહાત્માજીના સિદ્ધાંત પાછળનું કારણ આ છે, તો તે સામાજિક જીવન પ્રત્યેના ખોટા દૃષ્ટિકોણની તરફેણ કરી રહ્યા છે. દરેક વ્યક્તિ સામાજિક સ્થિરતા ઈચ્છે છે અને આ સ્થિરતા હાંસલ કરવા માટે વ્યક્તિઓ અને વર્ણ સંબંધો વચ્ચે અમુક ગોઠવણ સ્થાપિત કરવી જોઈએ. બે વસ્તુઓ હું માનું છું કે કોઈ ઈચ્છતું નથી. સૌપ્રથમ, કોઈને એવા સ્થિર સંબંધો નથી જોઈતા જે બદલી ન શકાય અને જેને શાશ્વત એટલે કે અપરિવર્તનશીલ અને કાયમ માટે સ્થિર ગણવામાં આવે. સ્થિરતા જરૂરી છે પરંતુ તે પરિવર્તનની કિંમત પર ન હોવી જોઈએ કારણ કે પરિવર્તન આવશ્યક છે. એટલે કે જે પરિવર્તન ખૂબ જ જરૂરી છે તેનું બલિદાન આપીને તે ન થવું જોઈએ. બીજી વસ્તુ જે કોઈને જોઈતી નથી તે માત્ર ગોઠવણો છે. સમરસતાની જરૂર છે પણ સામાજિક ન્યાયના બલિદાનથી નહીં કે જ્ઞાતિના આધારે એટલે કે પૂર્વજોના વ્યવસાયને અપનાવવાથી આ બે બુરાઈઓથી બચવું શક્ય છે? હું માનું છું કે આ શક્ય નથી. મને

એમ કહેવામાં કોઈ શંકા નથી કે આ ખૂબ જ ખોટો પ્રયાસ હશે. કારણ કે તે સામાજિક સમન્વયની સમાનતા અને પ્રવાહિતાને અવરોધશે.

9. કેટલાક લોકો એવું વિચારી શકે છે કે મહાત્માજીના વિચારોમાં ઘણી પ્રગતિ થઈ છે કારણ કે તેઓ હવે જાતિમાં માનતા નથી પરંતુ માત્ર વર્ણ વ્યવસ્થામાં જ માને છે. એ વાત સાચી છે કે એક સમયે મહાત્મા કટ્ટર (સંપૂર્ણ લોહીવાળા અને વાદળી લોહીવાળા) સનાતની હિન્દુ હતા અને વેદ, ઉપનિષદ, પુરાણ વગેરેમાં માનતા હતા જે હિન્દુઓના ધાર્મિક ગ્રંથો છે. તેઓ જાતિ પ્રથામાં પણ માનતા હતા અને રૂઢિચુસ્ત તરીકે તેમની તમામ ક્ષમતા અને શક્તિથી તેને ટેકો આપતા હતા. તેમણે આંતર-જ્ઞાતિની ક્રિયાપ્રતિક્રિયા, ખોરાકની આદતો અને લગ્નનો પણ સખત વિરોધ કર્યો. તેમણે આંતર-જ્ઞાતિય લગ્નો અને આંતર-જ્ઞાતિય તહેવારોની નિંદા કરી. આ અંગે, તેમણે કહ્યું કે “તે ઈચ્છા શક્તિ ઉત્પન્ન કરવામાં અને સામાજિક સદ્ગુણ જાળવવામાં ઘણી મદદ કરે છે.” તે સારું છે કે તેઓએ આ પવિત્ર બકવાસમાં વિશ્વાસ કરવાનું બંધ કર્યું અને સ્વીકાર્યું કે જાતિવાદ આધ્યાત્મિક અને રાષ્ટ્રીય વિકાસ માટે ખૂબ જ નુકસાનકારક છે. શક્ય છે કે તેમના પુત્રના લગ્ન તેમની જાતિની બહાર તેમના વિચારોમાં આવેલા આ ફેરફારોને કારણે થયા હોય. પણ શું ખરેખર મહાત્માએ કોઈ પ્રગતિ કરી છે? મહાત્મા જેની તરફેણમાં છે તે વર્ણનું સ્વરૂપ શું છે? દયાનંદ સરસ્વતી અને તેમના આર્ય સમાજના અનુયાયીઓ દ્વારા પ્રચારિત વર્ણની વૈદિક ખ્યાલ શું છે? વેદોમાં વર્ણની કલ્પનાનો સાર એ છે કે વ્યક્તિએ તે વ્યવસાય અપનાવવો જોઈએ જે તેની ક્ષમતા અને કુદરતી ક્ષમતા અનુસાર હોય. વર્ણ સંબંધી મહાત્માજીના સિદ્ધાંતનો સાર એ છે કે વ્યક્તિએ તેની કુદરતી ક્ષમતા અથવા રસને બદલે તેના પૂર્વજોના વ્યવસાયનું પાલન કરવું જોઈએ.

મહાત્માજીના મતે જાતિ અને વર્ણમાં શું તફાવત છે? મને કોઈ ફરક દેખાતો નથી. તેમના મતે વર્ણ પોતે જ જાતિનું બીજું નામ બની જાય છે. આનો અર્થ એ છે કે બંનેનો સાર એક જ છે એટલે કે પૈતૃક વ્યવસાય ચાલુ રાખવો જોઈએ. તેમના વિચારોમાં આગળ વધવાથી દૂર, મહાત્માજી વાસ્તવમાં પાછળ (પાછળ) ગયા. એક ખ્યાલ રજૂ કરવાનો પ્રયાસ કરીને, તેમણે એક મહત્વપૂર્ણ મુદ્દાને હાસ્યાસ્પદ કર્યો છે, હું મારા ભાષણમાં આપેલા કારણોના આધારે વૈદિક જાતિ પ્રથાને નકારી કાઢું છું. તે જ સમયે, હું સ્વીકારું છું કે વર્ણના વૈદિક સિદ્ધાંત વિશે સ્વામી દયાનંદ અને અન્ય કેટલાક લોકો દ્વારા આપવામાં આવેલ સમજૂતી સમજદાર અને બિન-આક્રમક છે.

આ અર્થઘટન સમાજમાં વ્યક્તિનું સ્થાન નક્કી કરવા માટે જન્મને નિર્ણાયક ગણવાના સિદ્ધાંતને સ્વીકારે છે. મહાત્માજીનો વર્ણ પ્રત્યેનો દૃષ્ટિકોણ માત્ર વૈદિક વર્ણની મજાક ઉડાવીને તેને હાસ્યાસ્પદ બનાવે છે એટલું જ નહીં તે વર્ણને ઘૃણાસ્પદ પણ બનાવે છે. વર્ણ અને જાતિ એ બે અલગ અલગ વિચાર છે. વર્ણ વ્યક્તિની ક્ષમતા પર આધારિત છે જ્યારે જાતિ વ્યક્તિના જન્મ પર આધારિત છે. બે ચીજ અને ચાક જેવા અલગ છે. હકીકતમાં બંને એકબીજાના વિરોધી છે. જો મહાત્માજી દરેક સ્ત્રી-પુરુષને તેમના પૂર્વજોનો વ્યવસાય અપનાવતા માને છે, તો તેઓ ચોક્કસપણે જાતિ પ્રથાની તરફેણમાં હિમાયત કરી રહ્યા છે અને તેને વર્ણ પ્રથા કહીને ખોટા શબ્દોનો ઉપયોગ કરીને મૂંઝવણને વધુ જટિલ બનાવવાના દોષી છે.

તેમના વિચારની આખી મૂંઝવણ એટલા માટે છે કારણ કે મહાત્મા પાસે કોઈ સ્પષ્ટ વિચાર નથી. વર્ણ શું છે અને જ્ઞાતિ શું છે અને હિંદુ ધર્મને જીવંત રાખવા બેમાંથી કોની જરૂર છે તેની તેમને સાચી સમજ નથી? તેમણે કહ્યું છે કે જાતિ એ હિંદુ ધર્મનો સાર નથી. ચાલો આશા રાખીએ કે તેને પોતાનો વિચાર બદલવાનું બીજું કોઈ કારણ નહીં મળે. શું મહાત્માજી વર્ણને હિંદુ ધર્મનો સાર માને છે? આનો નિર્ણાયક જવાબ કોઈ આપી શકે તેમ નથી. ‹હરિજન›માં પ્રસિદ્ધ થયેલા તેમના લેખમાં ડૉ. આંબેડકરનો આરોપ વાંચનારાઓ પણ તેનો જવાબ આપી શકશે નહીં. તે લેખમાં તેઓ એવું નથી લખતા કે વર્ણનો સિદ્ધાંત હિંદુ ધર્મનો આવશ્યક ભાગ છે, વર્ણને હિંદુ ધર્મનો સાર કહેવાને બદલે તેઓ કહે છે કે, ‹હિંદુ ધર્મનો સાર સત્યના સ્વરૂપને એક અને એકમાત્ર ઈશ્વર તરીકે માને છે. માનવ કુટુંબ અહિંસાને કાયદા તરીકે નિશ્ચિતપણે સ્થાપિત કરે છે. પરંતુ જેઓ સંતરામનો જવાબ આપવા માટે લખાયેલો તેમનો લેખ વાંચશે તેઓ ‹હા› કહેશે. લેખમાં મહાત્મા કહે છે, ‹જો કોઈ મુસ્લિમ કુરાનને સ્વીકારતો નથી તો તે મુસ્લિમ કેવી રીતે રહી શકે અથવા જો કોઈ ખ્રિસ્તી બાઈબલને ન સ્વીકારે તો તે ખ્રિસ્તી કેવી રીતે રહી શકે? એ જ રીતે, જો જાતિ અને વર્ણ એક જ અર્થવાળા શબ્દો છે અને વર્ણ એ હિંદુ ધર્મની વ્યાખ્યા કરતા હિંદુ શાસ્ત્રોનો આવશ્યક ભાગ છે, તો મને એ સમજાતું નથી કે જો કોઈ વ્યક્તિ જાતિ અને વર્ણમાં માનતો નથી તો તે પોતાને હિંદુ કેવી રીતે કહી શકે?

શા માટે આ કપટ અને વિલંબ? મહાત્મા શા માટે અચકાય છે? છેવટે, તે કોને ખુશ કરવા માંગે છે? શું સંત (ગાંધીજી) સત્ય જાણવામાં નિષ્ફળ ગયા છે? કે પછી રાજકારણી ગાંધી અને સંત

ગાંધીના માર્ગમાં અવરોધ છે? વાસ્તવમાં મહાત્માજી બે કારણોથી આ મૂંઝવણમાં અટવાયેલા છે. સૌપ્રથમ, મહાત્માનો સ્વભાવ બાળસહજ સાદગીથી માંડીને આત્મ-છેતરપિંડી અથવા સ્વાર્થ સુધી લગભગ દરેક બાબતમાં બાળપણમાં જોઈ શકાય છે. બાળકની જેમ, તે જે ઇચ્છે છે તે માને છે. તેથી આપણે તે સમયની રાહ જોવી પડશે જ્યારે તે સ્વેચ્છાએ જાતિ પ્રત્યેની માન્યતા છોડી દે તેવી જ રીતે તે વર્ણમાંની પોતાની આસ્થા છોડશે નહીં. તેમની મૂંઝવણનું બીજું કારણ એ છે કે ગાંધીજી એક સાથે બે ભૂમિકાઓ ભજવવા માંગતા હતા. હા, મહાત્માની અને રાજકારણીની. એક મહાત્મા તરીકે તેમણે રાજકારણમાં આધ્યાત્મિકતાનો રંગ લાવીને રાજકારણને આધ્યાત્મિક બનાવવા માંગે છે. તે સફળ થયા હોય કે ન હોય, રાજકારણે તેમને ચોક્કસપણે વ્યાવસાયિક બનાવ્યા છે. રાજકારણીને એ જાણવું જોઈએ કે સમાજ ક્યારેય સંપૂર્ણ સત્યને સહન કરી શકતો નથી. તે શા માટે ક્યારેય સાચું બોલતા નથી, જો તે સંપૂર્ણ સત્ય બોલે છે તો તે તેની રાજનીતિ માટે હાનિકારક છે. મહાત્માજી હંમેશા જાતિ અને વર્ણને સમર્થન આપે છે કારણ કે તેઓ જો આનો વિરોધ કરશે તો તેને રાજકારણમાં કોઈ સ્થાન નહીં રહે તેવો ભય છે. તેમની મૂંઝવણનું કારણ ગમે તે હોય, મહાત્માએ આ સ્પષ્ટપણે જણાવવું જોઈએ કે વર્ણને જ્ઞાતિનું નામ આપીને પ્રસિદ્ધિ આપીને માત્ર પોતાનું જ નહીં પરંતુ પ્રજાનું પણ નુકસાન કરી રહ્યા છે અને તેઓ છેતરપિંડી પણ કરી રહ્યા છે.

10. મહાત્માજી કહે છે કે મેં (આંબેડકરે) હિંદુઓ અને હિંદુ ધર્મનો ન્યાય કરવા માટે જે માપદંડ અપનાવ્યા છે તે ખૂબ કડક છે અને જો આ માપદંડો પર નિર્ણય કરવામાં આવે તો આજના તમામ ધર્મોની માન્યતાઓ નિષ્ફળ જશે. મારા ધોરણો ખૂબ ઊંચા છે તેવી ફરિયાદ કરવી સાચી હોઈ શકે. પરંતુ પ્રશ્ન એ છે કે શું તે માપદંડ યોગ્ય છે કે નહીં? માનવ સમૂહ અને તેનો ધર્મ તેના સામાજિક નીતિશાસ્ત્ર પર આધારિત છે.

    સામાજિક ધોરણો પર જ નિર્ણય કરવો જોઈએ. જો કોઈ ધર્મ તેના લોકોની સુખાકારી માટે સારો હોવો જોઈએ, તો તેના સિવાય અન્ય કોઈપણ માપદંડ અર્થહીન હશે. તેથી, હું ફરીથી ભારપૂર્વક કહું છું કે મેં હિંદુઓ અને હિંદુ ધર્મની તપાસ માટે જે માપદંડોનો ઉપયોગ કર્યો છે તે સંપૂર્ણ રીતે યોગ્ય છે અને મને આનાથી વધુ સારો કોઈ માપદંડ દેખાતો નથી. યોગ્ય નિષ્કર્ષ એ હોઈ શકે કે જો મારો માપદંડ લાગુ કરવામાં આવે તો આ સમયના તમામ ધર્મો નિષ્ફળ

જશે. પરંતુ આમાંથી મહાત્માજી, હિંદુઓ અને હિંદુ ધર્મના સમર્થક તરીકે, એક પાગલને બીજા પાગલ પાસેથી અને એક ગુનેગારને બીજા ગુનેગાર પાસેથી જે સંતોષ મળે છે તેના કરતાં વધુ સંતોષ મેળવી શકતા નથી. હું મહાત્માજીને ખાતરી આપું છું કે તેમણે મારા પર હિંદુઓ અને હિંદુ ધર્મ પ્રત્યે અણગમા અને તિરસ્કારની લાગણીઓથી ભરપૂર હોવાનો આરોપ મૂક્યો છે. આ મારામાં માત્ર હિંદુઓની નિષ્ફળતાને કારણે નથી. હું સારી રીતે જાણું છું કે દુનિયા ખામીઓ વિનાની નથી, તે ઘણી ખામીઓથી ભરેલી છે અને જે વ્યક્તિ તેમાં જીવવા માંગે છે તેણે આ ખામીઓને પણ સહન કરવી પડશે. આથી, જે સમાજમાં હું જીવવાનું નક્કી કરું છું તે સમાજની ભૂલો અને ખામીઓ સહન કરવા હું તૈયાર છું, પરંતુ હું એવા સમાજમાં રહેવા માંગતો નથી જે ખોટા આદર્શોને પોષે છે અથવા જેના આદર્શો ઉચ્ચ હોવા છતાં, તે મુજબ જીવતા નથી. તેમના સામાજિક જીવનમાં આદર્શો બનાવવા માટે તૈયાર નથી. હું હિંદુઓ અને હિંદુ ધર્મને સખત નાપસંદ અને તિરસ્કાર કરું છું કારણ કે મને ખાતરી છે કે તે ખૂબ જ ખોટા આદર્શોને સ્વીકારે છે અને તેને પ્રોત્સાહન આપે છે અને ખોટું સામાજિક જીવન જીવે છે. મારો હિંદુઓ અને હિંદુ ધર્મ સાથેનો ઝઘડો તેમના સામાજિક આચરણની ખામીઓને કારણે નથી પણ આ ઝઘડો સિદ્ધાંતો (મૂળભૂત) સાથે છે, તે આદર્શો માટે છે.

11. હિંદુ સમાજને નૈતિક પુનર્જીવનની જરૂર છે અને તે પુનઃનિર્માણમાં હવે વિલંબ કરવો જોખમી હશે. પ્રશ્ન એ છે કે આ નૈતિક પુનરુત્થાન કોણ નક્કી અને નિયંત્રિત કરી શકે? તે સ્પષ્ટ છે કે આ કાર્ય ફક્ત તે લોકો જ કરી શકે છે જેમણે બૌદ્ધિક પુનર્નિર્માણ અથવા વિકાસ કર્યો છે અને જેઓ એટલા પ્રમાણિક છે કે તેઓ બૌદ્ધિક વિકાસ (બૌદ્ધિક મુક્તિ)માંથી જન્મેલી માન્યતાઓને જાળવી રાખવાની હિંમત ધરાવે છે.

મારા મતે કોઈ પણ હિન્દુ જેની ગણના મહાન નેતાઓમાં થાય છે તે આ કામ કરવા માટે તદ્દન અયોગ્ય છે. તેમનો પ્રારંભિક બૌદ્ધિક વિકાસ થયો હોવાનું કહી શકાય તેમ ન હોવાથી, તેઓ ફક્ત અભણ લોકોની જેમ પોતાની જાતને છેતરશે અને અન્યના આદિમ અજ્ઞાનનો અન્યાયી લાભ ઉઠાવશે નહીં. જેમ આપણે જોઈએ છીએ કે તેઓ તે કરે છે. જો કે આ સમયે હિંદુ સમાજ જર્જરિત સ્થિતિમાં છે કફોડી હાલતમાં હોવા છતાં, આ હિંદુ નેતાઓ જૂના આદર્શોને અપનાવવાની અપીલ કરવામાં સંકોચ અનુભવતા નથી, જેણે વર્તમાન સમય સાથે સંપૂર્ણપણે સંપર્ક ગુમાવ્યો છે. આ આદર્શો

તેમની શરૂઆતમાં ભલે ગમે તેટલા ઉપયોગી હોય, તેઓ હવે વર્તમાન સાથે કોઈ સુસંગતતા ધરાવતા નથી અને માર્ગદર્શકોને બદલે ચેતવણીઓ બની ગયા છે. આ નેતાઓ હજુ પણ જૂના આદર્શો માટે રહસ્યવાદી આદર ધરાવે છે જેના કારણે તેઓ તેમના સમાજના પાયાની ચકાસણી કરવામાં રસ ધરાવતા નથી પરંતુ આવા પરીક્ષણનો વિરોધ કરે છે.

હિંદુ લોકો તેમની ધાર્મિક માન્યતાઓ બનાવવામાં એટલી હદે બેદરકાર છે કે તેમના પર વિશ્વાસ કરી શકાતો નથી અને હિંદુ નેતાઓ સાથે પણ આવું જ છે. સૌથી ખરાબ બાબત એ છે કે જ્યારે કોઈ આ હિન્દુ નેતાઓને તેમની ધાર્મિક માન્યતાઓથી દૂર ખસેડવાનું સૂચન કરે છે, ત્યારે તે હિન્દુ નેતાઓ તેમની માન્યતાઓની તરફેણમાં ગેરકાયદેસર જુસ્સાથી ભરાઈ જાય છે. મહાત્માજી પણ આમાંથી બચ્યા નથી. એવું લાગે છે કે મહાત્મા વિચારવામાં માનતા નથી. તેઓ કોઈપણ રૂઢિચુસ્તની જેમ, તેની જૂની પવિત્ર માન્યતાઓ પ્રત્યે આદર રાખીને, ઋષિ-મુનિઓની સલાહને અનુસરવાનું વધુ સારું માને છે. તેમને ડર છે કે એકવાર તે વિચારવાનું શરૂ કરશે, ઘણા આદર્શો, માન્યતાઓ અને સંસ્થાઓ નાશ પામશે જેમને તે અત્યાર સુધી વળગી રહ્યા છે. અમે તેમની સાથે સહાનુભૂતિ અનુભવીએ છીએ કારણ કે મુક્ત વિચારની દરેક ક્રિયા બાહ્ય રીતે સ્થિર વિશ્વના કેટલાક ભાગને જોખમમાં મૂકે છે. પરંતુ એ પણ એટલું જ સાચું છે કે ઋષિ-મુનિઓ પર આધાર રાખીને આપણે ક્યારેય સત્ય જાણી શકતા નથી. છેવટે, એક સંત પણ માનવ છે અને જેમ કે લોર્ડ બાસફોરે કહ્યું છે, «માનવ બુદ્ધિ સત્યને ઓળખવા માટેના મશીન તરીકે ડુક્કરના નાક કરતાં વધુ સારી નથી.» જ્યાં સુધી મહાત્માજીનો સંબંધ છે, તેઓ હિન્દુઓના જૂના સડેલા સામાજિક માળખાના સમર્થનમાં કારણો શોધવા માટે તેમની ભ્રષ્ટ અને અધોગતિયુક્ત બુદ્ધિનો ઉપયોગ કરે છે. તેઓ જાતિ વ્યવસ્થાના જર્જરિત બંધારણના સૌથી પ્રભાવશાળી ક્ષમાશાસ્ત્રી છે અને આ રીતે હિન્દુઓના સૌથી ખરાબ દુશ્મન છે.

મહાત્માજી ઉપરાંત એવા પણ નેતાઓ છે જેઓ માત્ર તેમને માનીને અને અનુસરીને સંતુષ્ટ નથી. તેમનામાં તેમના વિચારો પ્રમાણે વિચારવાની અને કાર્ય કરવાની હિંમત હોય છે. પરંતુ જ્યારે લોકોને માર્ગદર્શન આપવાની વાત આવે છે, ત્યારે કમનસીબે તેઓ કાં તો ઈમાનદારીથી દૂર રહે છે અથવા ઉદાસીન બની જાય છે. લગભગ દરેક બ્રાહ્મણોએ જાતિના નિયમો તોડ્યા છે. પુરોહિનો વ્યવસાય